उपनिषद् कथा

वेदांचे सार कथांमधून

डॉ. अंजली माधव पर्वते

सकाळ प्रकाशन

 सकाळ प्रकाशन

Upanishad Katha : Vedanche Saar Kathanmadhun
© **Dr. Anjali Madhav Parvate, 2024**

उपनिषद् कथा : वेदांचे सार कथांमधून
© डॉ. अंजली माधव पर्वते, २०२४

प्रथम आवृत्ती	:	डिसेंबर २०२४
प्रकाशक	:	सकाळ मीडिया प्रा. लि.
		५९५, बुधवार पेठ, पुणे ४११ ००२
मुखपृष्ठ व आतील चित्रे	:	मिलिंद कडणे
मांडणी	:	सकाळ प्रकाशन

ISBN	:	978-93-48048-76-9
संपर्क	:	०२०-२४४० ५६७८ / ८८८८८ ४९०५०
		sakalprakashan@esakal.com

Disclaimer :
Although the author has taken every effort to ensure that the information in this book was correct at the time of printing, the author and publisher do not assume and hereby disclaim any liability to any party, society for any loss, damage, or disruption caused by errors or omissions, whether such errors and omissions are caused due to negligence, accident, amendment in Act, Rules, Bye laws or any other cause. The views expressed in this book are those of the Authors and do not necessarily reflect the views of the Publishers.

वेदोपनिषदांची गोडी ज्यांच्यामुळे लागली
त्या माझ्या संस्कृत शिक्षकांना
(अगदी आदरणीय सरडे सरांसारख्या शालेय शिक्षकांपासून,
गंधे बाई, डॉ. के. वा. आपटे सर आणि जोगळेकर सर
या महाविद्यालयीन शिक्षकांपर्यंत सर्वांनाच)
या उपनिषद् कथा सादर समर्पित

उपनिषदे
व्याप्ती व स्वरूप

उपनिषदे हा भारतीय संस्कृतीचा प्राण आहे, कारण साऱ्या जगाला जे आदर्श वाटते, ते सारे भारतीय तत्त्वज्ञान याच उपनिषदांतून सांगितले गेले आहे.

'उपनिषद्' हा मूळ संस्कृत भाषेतील स्त्रीलिंगी शब्द आहे. उप + नि + सद् या धातूपासून हा शब्द तयार झालेला आहे. सद् म्हणजे बसणे, 'गुरूजवळ एकांतात बसून घेण्याची रहस्यमय विद्या' असा या शब्दाचा अर्थ आहे. पूर्वीच्या काळी ज्ञान ही राजरोसपणे वाटण्याची (खिरापतीसारखी) गोष्ट नव्हती. कुणीही कुणाला विचारल्याशिवाय – अगदी मुलानेही वडिलांना विचारल्याशिवाय ज्ञान देऊ नये, असा संकेत होता. ज्ञानासारखी पवित्र, महत्त्वपूर्ण गोष्ट अशी योग्यायोग्यतेचा विचार केल्याशिवाय वाटायची म्हणून वाटली जाऊ नये, हा यामागचा विचार होता.

वेद आणि ब्राह्मण ग्रंथ हे यज्ञसंस्कृतीला पूरक असे साहित्य. यज्ञात म्हटली जाणारी सूक्ते वेदांमध्ये होती आणि त्या सूक्तांचा कोणत्या यज्ञात कधी वापर करायचा हे सांगण्यासाठी ब्राह्मण ग्रंथांची निर्मिती झाली. पण, नंतरच्या काळात माणूस केवळ कर्मकांडांत न रमता संसारातून थोडा बाजूला होऊन अरण्यात राहून, एकूण हे जग, या जगाची निर्मिती, आपला आणि जगाचा किंवा विश्व निर्माण करणाऱ्याचा संबंध अशा अनेक बाबींवर विचार करू लागला. त्यातून 'आरण्यके' आणि 'उपनिषदे' यांची निर्मिती झाली.

उपनिषदांना 'वेदान्त' असेही नाव आहे. 'अन्त' म्हणजे 'शेवट'. वेदवाङ्मयाचा तो शेवटचा टप्पा आहे. तसेच 'अन्त' म्हणजे 'सार' असाही अर्थ आहे. त्यानुसार 'वेदांचे सार' म्हणून वेदान्त. उपनिषदांत वेदांचे सार आहे, असे मानले जाते.

उपनिषदांची संख्या तशी १०००च्या वरही सांगितली जाते; तरी साधारण ती २०० आहेत. मुक्तिकोपनिषदात १०८ ही संख्या दिलेली दिसते; पण प्रमुख उपनिषदे १० मानली गेली आहेत.

ईशकेनकठप्रश्नमुण्डमाण्डूक्यतित्तिरिः
छांदोग्यमैतरेयं च बृहदारण्यकं तथा

वेदान्ताच्या सर्व प्रमुख आचार्यांनी या दशोपनिषदांवर भाष्ये लिहिली आहेत.

उपनिषदांची विभागणी चार वेदांनुसार केलेली दिसते. प्रत्येक वेदांशी, काही वेळा वेदांच्या वेगवेगळ्या शाखांशी संबधित उपनिषदांची नावे दिली जातात. ऋग्वेदाची १०, शुक्ल यजुर्वेदाची १९, कृष्ण यजुर्वेदाची ३२, सामवेद १६, अथर्ववेदाची ३१ अशी त्यांची संख्यात्मक विभागणी आढळते. प्रमुख १० उपनिषदांची वेदानुसार विभागणी अशी —

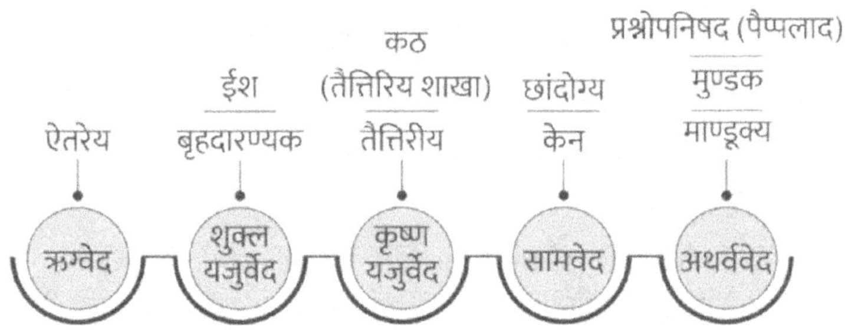

यात 'शुक्ल' यजुर्वेद व 'कृष्ण' यजुर्वेद असे यजुर्वेदाचे दोन भाग आहेत. यातील शुक्ल हा शब्द शुद्ध या अर्थी. यात केवळ मूळ मंत्र आहेत, म्हणून तो purely यजुर्वेद. दुसऱ्या भागात केवळ मंत्रच नाहीत, तर त्याचे अर्थ, विनियोग अशा सर्व बाबी आहेत, त्यामुळे तो मिश्र (not pure म्हणून) 'कृष्ण' यजुर्वेद अशा नावाने प्रसिद्ध! शुक्ल यजुर्वेदाचे कर्ते याज्ञवल्क्य मानले जातात.

प्राचीन आणि अर्वाचीन असेही विभाग यामध्ये करतात. त्यानुसार बृहदारण्यक, छांदोग्य, ऐतरेय ही अतिप्राचीन उपनिषदे मानली जातात. विषयानुसार उपनिषदांची

विभागणी वेदान्तविषयक, संन्यासविषयक, योगविषयक अशी केली जाते. पुढच्या काळात सांप्रदायिक उपनिषदेही निर्माण झाली. शैव आणि वैष्णव उपनिषदे ज्यामध्ये नारायणोपनिषद, रामपूर्वतापिनी, नीलरुद्र अशी नावे आढळतात.

या सर्व उपनिषदांचे तत्त्वज्ञान सूत्ररूपात सांगायचे तर, 'ब्रह्म सत्यं, जगन्मिथ्या, जीवो ब्रह्मैव नापरः' हे तीन सिद्धान्तच विविध प्रकारे उलगडले आहेत – संवाद, दृष्टान्त आणि कथांमधून! याशिवाय ओंकारोपासना, गायत्री या विषयांची चर्चा आढळते.

उपनिषदांतील या तत्त्वज्ञानाने, आणि विशेषतः त्यातील संवाद आणि कथांनी, भारतीयांनाच नव्हे, तर परदेशीयांनादेखील प्रभावित केले आहे. औरंगजेबाचा मुलगा दारा शुकोह याने उपनिषदांचा फारसीत अनुवाद केला. शोपेनहाउएर आणि डायसन यांसारख्या परदेशी विचारवंतांनी *Most rewarding and the most elevating reading in the world, solace of life* आणि *Strongest support of pure morality* अशा शब्दांत उपनिषदांचा गौरव केला आहे. यापेक्षा वेगळे उपनिषदांचे माहात्म्य काय सांगायचे!

मनोगत

लोकसभा निवडणुकीचे दिवस होते. मला वाटतं, तेव्हा 'सकाळ प्रकाशन'च्या मान्यवरांशी भारतीय संस्कृती, सांस्कृतिक ठेवा वगैरे विषयांवर सविस्तर चर्चा झाली. त्या चर्चेत 'उपनिषदे, स्मृति' यांवर बरंच काम करता येण्यासारखं आहे. अनेकांना खूपच वरवरच्या गोष्टी ठाऊक असतात, what's app संस्कृतीमधूनही खूप वेगवेगळं काहीतरी वाचनात येतं, त्यामुळे खरं काय यावर खूप मतभेद होतात. आजच्या जगाशी relevant किंवा आजच्या जगातही उपयुक्त अशा खूप गोष्टी आहेत. त्या तरुण पिढीसमोर यायला हव्यात, असा विषय झाला आणि मी 'उपनिषदांतील गोष्टी' सांगू शकेन असं म्हटलं. तेव्हापासून या उपक्रमाला आरंभ झाला. एक-दोन गोष्टी मी त्यांना ऐकवल्या, पाठवल्या आणि मग अखेर काम सुरू झालं पुस्तकाचं!

उपनिषदे हे संवादरूप साहित्य आहे. उपनिषदारंभी आलेल्या शांतिमंत्रांत *सह नाववतु सह नौ भुनक्तु सह वीर्यं करवावहै तेजस्विनावधीतमस्तु* असं म्हणून इथला विषय हा एकतर्फी नाही, हे स्पष्ट सूचित केले आहे. त्यामुळे इथे खूप संवाद आढळतात. या संवादांना अनेकदा कथारूप आलेलं दिसतं किंवा त्या संवादातच कुणीतरी दृष्टान्त म्हणूनही कथा सांगताना दिसतं. या कथा वाचाल तेव्हा कळेलच ते तुम्हांला!

काही जाणकार म्हणतील, "अहो, यात बरेचसे संवादच तुम्ही कथा म्हणून मांडलेत की!" पण, त्यांना माझं सांगणं राहील की, 'मान्य आहे, की ते संवाद आहेत; पण ते कोरडे संवाद नाहीत, त्यात कुठेतरी 'कथाबीज' आहे. जे सांगायचं ते एखाद्याने अनेक उदाहरणं देत, सूत्रमय भाषेतही रंजकपणे सांगितलं आहे.' उदाहरण द्यायचं तर, याज्ञवल्क्य-मैत्रेयी संवाद हा 'अमृतत्व' म्हणजे काय? या

प्रश्नाचं करकरीत उत्तर देणारा रूक्ष संवाद नाही. श्वेतकेतू आरूणीमधले सगळेच संवाद केवळ बापलेकातले टिपिकल संवाद न राहता कथेच्या अंगाने वळत जातात. त्यामुळे असे कथात्व असणारे संवाद इथे आवर्जून कथा म्हणून घेतले आहेत.

या सगळ्या कथा स्थूल मानाने पाहिल्या तर ब्रह्माचा शोध, आत्म्याचं ज्ञान या एका विषयाशी संबंधित आहेत, हे खरं! पण म्हणून, त्या आपल्या सामान्य मानवी जीवनापेक्षा फार दूरचं, लांबचं असंच काहीतरी सांगणाऱ्या आहेत, असं नाही. उलट, यातली प्रत्येक व्यक्ती ते अलौकिक ब्रह्म आपल्याशी नित्य कसं जोडलेलं आहे हे सांगण्याचा, दाखवण्याचा प्रयत्न करताना दिसते.

या सगळ्या प्रक्रियेत जिज्ञासेबरोबर येणारा अहंकार हा ज्ञानातला अडथळा ठरतो. मात्र, 'जिज्ञासा आणि नम्रता दोन्ही जिथे, सहज ज्ञानप्राप्ती तिथे' हे या कथा वाचताना तुम्हांला पदोपदी जाणवेल. प्राचीन शिक्षण पद्धती, गुरू-शिष्यांचे अनेकपदरी नाते या गोष्टी या कथांमधून सहज कळत जातील.

या कथा लिहिताना मला जाणवलं ते हे की, उपनिषदांची भाषा सूत्रमय, छोटी-छोटी वाक्ये, नेमक्या शब्दांत— खरंतर काही वेळा त्रोटक शब्दांत व्यक्त झालेले भाव, त्यामुळे Read between the lines हे must होतं. पण ते करायला वावही पुन्हा मर्यादितच! त्यामुळे ते एक कठीण काम होतं. शिवाय, अनेकदा काही गोष्टी सूचक... त्या स्पष्ट कराव्या लागल्या. उदाहरणार्थ, एखाद्याला हाक मारायची. ती याज्ञवल्क्यऽऽ अशा खुणांनी युक्त असेल, म्हणजे नावानंतर ऽऽऽ अशी प्लुत स्वर दाखवणारी खूण असेल तर तिथे हाक मारण्यातली राग, नाराजी किंवा तिरस्कार किंवा तुच्छता सूचित केली आहे, हे समजून आपण कथेत तो भाव स्पष्ट करायचा. अनेकदा शांकरभाष्य किंवा काही अनुवादकांच्या सूचना यासाठी उपयोगी पडल्या. मात्र, काही वेळा दमछाकही झाली. पण हा एक छान अनुभव होता माझ्यासाठी!

हे सगळं तुमच्यापुढे ठेवताना आनंद हा आहे की, आपल्याकडे मूल्यशिक्षण हा वेगळा अभ्यासविषय कधीच नव्हता. डे टू डे संवादातून, परस्परांशी होत असलेल्या देवाणघेवाणीतून किंवा व्यवहारातून ही मूल्ये आपल्या जीवनात आपोआप रुजायची आणि त्यांना मार्क्स नसायचे. ती अमूल्य असायची, हे मला या कथांतून अधोरेखित करता आलं आहे.

एकूण प्रमुख १० उपनिषदांमधील कथा मी यात घेतल्या आहेत. या कथा लिहिताना आचार्यांची (शंकराचार्य) उपनिषद् भाष्ये पाहिली. पंडित द. वा जोगांनी केलेले उपनिषदांचे अनुवाद, चित्रावशास्त्रींनी केलेले अनुवाद, उपनिषद् ग्रंथांमधील छांदोग्य व बृहदारण्यक यांचा स. कृ. देवधरांनी केलेला अनुवाद आणि 'उपनिषदांचा अभ्यास' हा के. वि. बेलसरे यांचा ग्रंथ या सगळ्यांचा आधार घेतला. त्यातून जे मला कळलं-आवडलं-भावलं, नव्या पिढीपर्यंत पोहोचवावं-पोहोचेल असं वाटलं, ते या उपनिषद् कथांमधून आपल्या समोर ठेवण्याचा प्रयत्न केला आहे. किती यशस्वी झाला हे तुम्ही सांगायचं.

या कामासाठी ज्यांचं साहाय्य लाभलं, प्रोत्साहन मिळालं, त्यात माझ्या घरचेही आहेत आणि स्नेहीजनही! त्यांची यादी मोठी आहे, म्हणून स्वतंत्र उल्लेख करत नाही. पण त्या सर्वांसाठी इतकंच म्हणेन… *'अनुगृहिताऽस्मि'*

'सकाळ प्रकाशन'च्या मान्यवरांनी मला या विषयावर लिहितं केलं, याबद्दल त्यांना आणि त्यांच्या-माझ्यामधला दुवा बनलेल्या माझ्या विद्यार्थिनीलाही खास धन्यवाद!

या लेखनातून प्राचीन भारतीय शिक्षण पद्धती आणि जीवनमूल्ये यांचा इषत् परिचय होऊ शकला तरी मला आनंद होईल! इत्यलम्!

– डॉ. अंजली पर्वते

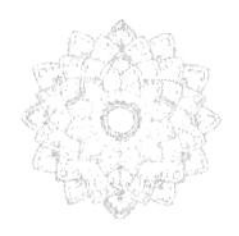

अनुक्रमणिका

खरा विजय कोणामुळे?

केन उपनिषद् हे दहा प्रमुख उपनिषदांपैकी एक. सामवेदाच्या तलवकार शाखेचे हे केवळ ३४, ३५ मंत्रांचे छोटेखानी उपनिषद् आहे.

केन इषितं पतति प्रेषितं मनः? केन प्राणः प्रथमं प्रैति युक्तः?

अशा प्रकारे 'केन' या प्रश्नार्थक सर्वनामाने सुरू होत असल्यामुळे त्याला 'केन' हे नाव मिळाले आहे.

कुणाकडून प्रेरणा मिळालेले मन इंद्रियांकडे जाते? प्राणाला स्वतःचे कार्य करण्यास प्रेरणा कुणाकडून मिळते? एकूणच या विश्वातील व्यापार-व्यवहार कुणाकडून/कुणामुळे घडवले जातात वा घडतात? या मूळ प्रश्नाचे उत्तर या उपनिषदात मिळते, 'केन' या प्रत्येक प्रश्नातील keywordमुळे याला 'केन' उपनिषद् म्हणतात, असे दिसते.

परमात्मतत्त्वाच्या प्रेरणेने हे विश्व निर्माण होते आणि ते तत्त्व तप, इंद्रियनिग्रह आणि कर्म अशा तीनच मार्गांनी जाणता येते. सत्य हे याचे अधिष्ठान (आधार) आहे, अहंकार नव्हे! हा या उपनिषदातील महत्त्वाचा विचार आहे. हा विचार स्पष्ट करण्यासाठी एक छानशी छोटी कथा या ठिकाणी आली आहे.

देवदानवांच्या युद्धात देव विजयी झाले. आपल्याला एखादी गोष्ट मिळाली की आपण जसे लगेच आनंद साजरा करतो, हल्लीच्या भाषेत सेलिब्रेशन करतो, तसे सगळे देवदेखील विजयोत्सव साजरा करू लागले. *अस्माकं एव अयं महिमा* (हे

"

आमचंच सामर्थ्य!) असा गर्व त्यांना झाला.

ते उत्सवात रममाण असताना अचानक त्यांच्यासमोर एक अलौकिक असा तेजोगोल प्रकटला. मुळात देव स्वतः तेजस्वीच असतात, किंबहुना त्यांच्या असामान्य तेजामुळेच त्यांना 'देव' ही संज्ञा मिळालेली आहे. त्यामुळे आपल्याहून अधिक तेजस्वी असे ते काय आहे, याबाबत त्यांच्या मनात जिज्ञासा जागली! पण, 'ते नक्की कोण?' त्यांना कळेना!

ते आपापसांत चर्चा - विचार करू लागले. खरेतर सरळ त्या तेजाला सामोरे जाऊन विचारणे, जाणून घेणे शक्य होते. पण, सारेच स्वतःला श्रेष्ठ मानत असल्यामुळे आपण होऊन पुढे जाणार कोण? शेवटी, सर्वांनी अग्नीला "हे जातवेदसा! हे काय आहे ते जाणून घेऊन आम्हांला सांग!" असे सांगितले. मोठेपणा मिळाल्यामुळे अग्नी फुशारून मोठ्या उत्साहात त्या तेजोगोलाकडे गेला. काही विचारण्यापूर्वी त्या तेजोगोलातूनच आवाज आला... 'कोण तू?'

अग्नी उत्तरला, 'मी अग्नी!'

खरे तर एवढे उत्तर पुरेसे होते. पण सगळ्या देवांनी 'जातवेदस्!' (जन्मलेल्या प्रत्येकाला जाणणारा) अशा संबोधनाने गौरवल्यामुळे त्याच्या मनात अहंभाव जागला होता. त्यामुळे 'जातवेदस् म्हणतात मला!' अशी पुरवणी जोडली अग्नीने.

साहजिकच पुढचा प्रश्न आला, "त्वयि किं वीर्यं?" (तुझा पराक्रम काय?) असं विचारताच 'पृथ्वीवर जे-जे काही आहे ते सर्व मी जाळू शकतो!' अग्नीने मोठ्या तोऱ्यात सांगितले.

त्या तेजोगोलातून एक गवताची काडी अग्नीसमोर येऊन पडली, 'जाळ हे!' आदेश आला.

सर्व जग जाळून टाकण्याचे सामर्थ्य अंगी असताना 'एवढीशी काडी जाळ!' असे सांगितले गेले, हा अग्नीला अपमान वाटला. त्यामुळे अगदी चेवाने, सर्व सामर्थ्यानिशी तो त्या काडीवर झेपावला. पण ती काडी काही जळली नाही.

अग्नी ओशाळला! 'तो तेजोगोल कोण?' हे काही तो ओळखू शकला नाही!

देवांनी वायूला पाठवले. वायूला त्या तेजोगोलाने 'कोण तू?' असा प्रश्न केला.

त्यानेही 'मी वायू' एवढंच उत्तर न देता 'मातरिश्वन् (अंतरिक्ष ओलांडणारा) म्हणतात मला!' अशी विशेष ओळख दिली.

त्यालाही त्याच्या सामर्थ्याविषयी प्रश्न केला गेला. 'या पृथ्वीवर जे-जे आहे ते सारे मी उडवून नेऊ शकतो!' वायू उत्तरला.

तेजोगोलाने त्याला ती गवताची काडी उडवून दाखवायला सांगितली.

पराक्रमाला डिवचल्यासारखे वाटून वायूने आपला सारा वेग वापरला; पण काडी उडेल तर शप्पथ!

तोही ओशाळवाणा होऊन त्या तेजोगोलाविषयी न जाणताच परतला.

शेवटी, देवांनी आपल्या राजाला म्हणजे इंद्राला भरीस घालून त्या तेजाकडे पाठवले.

इंद्र तिकडे गेला खरा; अचानक तो तेजोगोल अंतर्धान पावला! तोऱ्यात गेलेला देवराज हडबडला... इकडेतिकडे पाहू लागला तेव्हा अचानक त्याला समोर एक सुंदर स्त्री दिसली. ती उमाहैमवती होती. इंद्र लगेच तिच्याकडे गेला आणि त्याने 'तो तेजोगोल कोण आहे आणि कुठे गेला तो?' असे तिला विचारले.

तेव्हा तिने सांगितले, 'ज्याच्या सामर्थ्याने तुम्हां देवांना दानवांवर विजय मिळाला ते ब्रह्म होते ते! आणि ते अहंभावाने नव्हे; इंद्रियसंयमाने आणि तपामुळे कळते.'

इंद्र खजील झाला! त्याने सर्व देवांसह उमाहैमवतीकडून त्या परमात्मतत्त्वाविषयी जाणून घेतले. अशा प्रकारे उमाहैमवतीने (परमात्म्याची मायाशक्ती) देवांना परमात्म्याचे खरे स्वरूपज्ञान दिले. ती जणू देवांची गुरू ठरली!

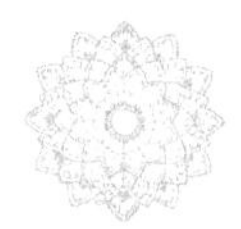

मृत्यूनंतर नेमके काय?

कठोपनिषदातली ही कथा आहे. कठोपनिषद हे दहा प्रमुख उपनिषदांतील तिसरे महत्त्वाचे उपनिषद. हे कृष्ण यजुर्वेदाच्या तैत्तिरिय शाखेचे उपनिषद् मानले जाते. बहुतेक सगळीच उपनिषदे संवादरूप आहेत. पण, या उपनिषदातला यम-नचिकेता किंबहुना 'यम - नचिकेतस्' संवाद हा खूप लोकप्रिय संवाद आहे. या संवादातून जी कथा उलगडते, ती रंजकही आहे आणि प्रबोधनपरही!

वाजश्रवस् हे गौतम कुळातील एक ऋषी. त्यांनी विश्वजित यज्ञ केला आणि आपली सर्व संपत्ती दान केली. नचिकेतस् नावाचा त्यांचा आठ एक वर्षांचा पुत्र होता. तो पित्याची सारी कार्ये पाहत होता. वाजश्रवसांनी आपल्याकडील भाकड गाई दान दिलेल्या त्याने पाहिल्या. तेव्हा, लहान असूनही चाणाक्ष असलेल्या नचिकेत्याला जाणवले, की 'अरे, या केवळ पाणी प्यायलेल्या, दूध देण्यास निरुपयोगी असणाऱ्या भाकड गायी दान देणे योग्य नसल्याने माझ्या पित्याला पाप लागेल आणि अनंद नामक दुःखदायी लोक प्राप्त होईल.'

मग आपणही त्याचे पुत्र म्हणजे संपत्तीच आहोत या विचाराने त्याने पित्याला जाऊन विचारले, "कस्मै मां दास्यसि?"

वाजश्रवसांनी प्रथम काही उत्तर दिले नाही. पण नचिकेत्याने पुनःपुन्हा विचारल्यावर वैतागून ते उत्तरले, "जा तुला यमाला देणार."

आपण पित्याचे अगदीच अडाणी पुत्र नाही आहोत. किमान मध्यम दर्जाच्या संपत्तीइतका मान आहे आपल्याला. आपले दान पित्याला पाप लागू नाही देणार,

पुण्यदायीच ठरेल, असा विचार करून नचिकेता यमाकडे जायला निघाला.

आपल्या तोंडून अविचाराने भलतेच शब्द निघाल्याचे जाणवून अस्वस्थ व दुःखी झालेल्या पित्याला त्याने सांगितले, "आपल्या पूर्वजांकडे आणि आताच्या इतर लोकांकडे पाहा... माणसे पिकलेल्या धान्याप्रमाणे गळून पडतात म्हणजेच मृत्यू पावतात आणि नवीन उगवणाऱ्या धान्याप्रमाणे पुन्हा जन्मतात." थोडक्यात, 'दुःखी नका होऊ' असे पित्याला सांगून नचिकेता निघाला.

यमगृही तो पोहोचला तेव्हा यम तिथे नव्हता. त्यामुळे तीन दिवस नचिकेता त्याच्या घराबाहेर वाट पाहत थांबला. यम परत येताच त्याच्या घरातल्यांनी त्याला या कुमार अतिथीविषयी सांगितले, "घरात प्रवेश करणारा ब्राह्मण अतिथी हा अग्नीसारखा (जाळण्याचे सामर्थ्य असणारा) असतो. तेव्हा, हे यमा! त्याला अर्घ्यपाद्य देण्यासाठी पाणी आण!" हा त्यांचा आदेश यमाने पाळला.

नचिकेत्याचे स्वागत करून तीन दिवस तीन रात्री त्याला आपल्या घराबाहेर अन्न-पाण्याविना आपली प्रतीक्षा करावी लागल्याबद्दल यमाने त्याची क्षमा मागितली. "ज्याच्या घरात असा अतिथी उपोषित राहतो, त्याच्या परोपकाराचे फळ, यज्ञफळ आणि मुलेबाळे, पशुधन या साऱ्यांचा नाश होतो. तसे न व्हावे 'स्वस्ति मे अस्तु' (माझे भले व्हावे) म्हणून, हे ब्रह्मन्! माझ्याकडून तू तीन वर मागून घे!" यमाने नचिकेत्याला तीन वरांच्या रूपाने आजच्या भाषेत सांगायचे तर 'पेनल्टीच' देऊ केली.

यावर नचिकेत्याने "माझा पिता माझ्यावरील रागाचा विसर पडून, मी इथून परतल्यावर मला ओळखून माझं स्वागत करू दे... तो शांत होऊ दे!" असा पहिला वर मागितला. यमाने तो त्याला लगेच देऊ केला.

यम म्हणाला, "पूर्वी मृत्युमुखातून परतलेल्या आरुणीच्या पित्याला जसा आनंद झाला, तसाच आनंद तुझ्या पित्याला होईल. तो 'वीतमन्यु', म्हणजेच राग नाहीसा झालेला होईल."

नचिकेत्याने दुसरा वर म्हणून यज्ञाचे ज्ञान यमाकडे मागितले. तो म्हणाला, "भगवन्! जिथे कसलेही भय नाही—तू नाहीस, वार्धक्य नाही, तहानभूक आणि दुःख विसरून जीव फक्त आनंदाने राहतो, अशा स्वर्गलोकाची प्राप्ती करून देणाऱ्या यज्ञाचे ज्ञान तुझ्याकडे आहे. ते तू मला दे! हा माझा दुसरा वर असेल."

यमाने मोठ्या आनंदाने नचिकेत्याला त्या यज्ञाची तांत्रिक माहिती दिली. शिवाय,

त्या अग्नीचे महत्त्वसुद्धा सांगितले. विराट रूपाने जगाचे अधिष्ठान असणारा हा अग्नी विद्वानांच्या बुद्धीत राहतो, असे सांगून यम नचिकेतला म्हणाला, "या पुढे हा अग्नी तुझ्या नावाने 'नाचिकेताग्नि' म्हणून ओळखला जाईल. या अग्नीची उपासना म्हणून तीनदा हा यज्ञ जो करेल, तो जन्म-मृत्यूच्या पलीकडे जाईल." ते ऐकून नचिकेत्याला आनंद झाला.

तिसरा वर मागण्यासाठी तो यमाला म्हणाला, "काहींच्या मते मृत शरीरात आत्मा असतो, तर काहींच्या मते तो नसतो. या बाबतीत जे खरे आहे ते ज्ञान तू मला द्यावेस. हा माझा तिसरा वर असेल."

नचिकेत्याकडून मृत्यूविषयक ज्ञानाची विचारणा झालेली ऐकून यम चकित झाला! तो नचिकेत्याला म्हणाला, "मुला, देवांनीदेखील याबाबत जाणून घेण्याचा पूर्वी पुष्कळ प्रयत्न केला आहे. पण हे सहज जाणता येण्यासारखे नाही. अतिशय सूक्ष्म असे हे ज्ञान आहे. तेव्हा माझ्याकडे तू याविषयी हट्ट धरू नको. याहून वेगळे असे तू काहीही माग."

यमाचे हे बोलणे ऐकताच नचिकेत म्हणाला, "जर देवांनीही पूर्वी याची विशेष चिकित्सा केली असेल, शोध घेतला असेल; आणि तूही 'हे सहजप्राप्य नसणारे ज्ञान आहे' असे म्हणत असशील तर तुझ्यासारखा या बाबतीतला समर्थ वक्ताही मला दुसरा मिळणार नाही आणि या वराइतका श्रेष्ठ वरही अन्य कोणता असणार नाही. त्यामुळे मला हाच वर हवा!"

नचिकेताच्या या निश्चयापासून त्याला अन्यत्र वळवावे म्हणून यम त्याला म्हणाला, "तू शतायुषी मुलं - नातवंडं वर म्हणून माग... हत्ती, घोडे असे पुष्कळ प्राणी किंवा सोने माग... जमिनीचा मोठा तुकडा (आजच्या भाषेत एखादा भूखंड) माग... किंवा शंभर शरद ऋतूंचं आयुष्य माग! याच्या तोडीचा वर नाही असे वाटत असेल तर संपत्ती किंवा अमरत्व मागून घे. मोठ्या भूमीचा स्वामी हो! तुझ्या इतर हव्या त्या सर्व इच्छा मी पूर्ण करेन. या पृथ्वीतलावर जे-जे दुर्लभ आहे अशा सर्व गोष्टींची तू खुशाल मागणी कर. वाद्यांसह रथारूढ झालेल्या सुंदर स्त्रिया (अप्सरा) सामान्य माणसांना दुर्लभ असतात, त्याही मी तुझी सेवा करण्यासाठी तुला उपलब्ध करून देईन. फक्त नचिकेत्या, मृत्यूविषयीचे ज्ञान माझ्याकडे मागू नकोस!"

यमाने दिलेले सारे पर्याय नचिकेत्याने ऐकले आणि म्हणाला, "हे मृत्यो! इथे असलेल्या सर्व गोष्टी क्षणभंगुर आहेत. अप्सरा, नाचगाणी या गोष्टी इंद्रियांचे

सामर्थ्य क्षीण करणाऱ्या आहेत. हत्ती, घोडे, भूखंड या साऱ्याच गोष्टींचे अस्तित्व क्षणिक आहे. संपत्ती मिळाल्याने मनुष्य संतुष्ट होत नाही. तुझ्या दर्शनाने धनप्राप्ती होईलही आणि तुझी कृपा नाहीशी होताच सारे धनदेखील नष्ट होईल. इतकेच काय; जोवर तुझी इच्छा असेल तोवरच आम्ही जगू शकणार आहोत. त्यामुळे मला यांपैकी काहीही नको. मी मागितलेलाच वर हवा आहे.”

नचिकेता बोलत राहिला, “...चिरतरुण आणि अमृत अशा तुझ्यासारख्या देवाकडे येऊन कोण पृथ्वीतलावरचा मर्त्य; पण विचारी जीव रंग, क्रीडा हे आनंद क्षणभंगुर आहेत, असे जाणवल्यावरही प्रदीर्घ आयुष्य किंवा अमरत्व मागेल? तेव्हा, हे यमा! ज्याविषयी खूप चर्चा झालेली आहे आणि जे सहज जाणता न येणारे आहे तेच श्रेष्ठ ज्ञान तू मला दे! याशिवाय अन्य वर या नचिकेत्याला नकोच.”

नचिकेत्याचे हे निश्चयात्मक स्वरातले उत्तर ऐकून आणि त्याच्या चेहऱ्यावरचा निग्रह पाहून यम प्रसन्न झाला. इतक्या लहान मुलाचे ते प्रगल्भ बोलणे त्याला प्रभावित करून गेले. नचिकेत्याशी तो अगदी प्रेमाने बोलू लागला... “नचिकेत्या, प्रिय आणि सुखद अशा इच्छांचा तू विचारपूर्वक त्याग केला आहेस. बरीच सामान्य माणसं ज्या धनप्राप्तीच्या मार्गात बुडून जातात, त्या मार्गात तू अडकून पडला नाहीस; किंबहुना तो मार्ग तू स्वीकारला नाहीस, हेही कौतुकास्पद आहे!

सामान्यतः श्रेयस आणि प्रेयस हे आयुष्याचे दोन वेगवेगळी फळे देणारे मार्ग आहेत; ज्यापैकी एक माणसाला निवडावा लागतो. जो श्रेयसाचा मार्ग निवडतो त्याचे भले होते आणि प्रेयसाचा मार्ग निवडणारा ध्येयापासून दूर जातो. दोन्ही मार्ग माणसासमोर येतात, त्याला आकर्षित करत राहतात. शहाणा माणूस त्या दोघांची पारख करून दोन्ही वेगवेगळे करून श्रेयसची निवड करतो आणि मंद बुद्धी किंवा अज्ञानी मनुष्य मात्र उदरनिर्वाहाला साहाय्यभूत होणार असा प्रेयसाचा मार्ग निवडतो. तू या दोन्हींपैकी श्रेयसाचा मार्ग धरलास.

विद्या आणि अविद्या या दोन्ही परस्परविरोधी गोष्टी आहेत. तू खऱ्या अर्थाने विद्येची अभिलाषा असणारा, ज्ञानाची कास धरणारा आहेस. तुला वेगवेगळ्या इच्छाही मोहात पाडू शकल्या नाहीत.

स्वतःला शहाणे समजणारे जे बुद्धिमान लोक अविद्येच्या मार्गात रमतात ते जरामरणादींचा अनुभव घेत राहतात. आंधळ्याने आंधळ्याला मार्ग दाखवावा आणि सर्वांचीच वाट चुकावी असेच घडते. अनित्य गोष्टींमध्ये मन गुंतत राहिल्यामुळे

जीव अपराध करत राहतो, चुकत राहतो आणि 'हेच जग खरं, दुसरं श्रेष्ठ काही नाही' असं मानणारे पुन:पुन्हा *मे वशमापद्यते* (माझ्या (मृत्यूच्या) ताब्यात येत राहतात) थोडक्यात, जन्म मृत्यूच्या फेऱ्यात अडकत राहतात.

मृत्यूहूनही श्रेष्ठ, त्या पलीकडे असलेल्या आत्म्याला सहजी कुणी जाणू शकत नाही. अणूहूनही सूक्ष्म असणाऱ्या त्याला तर्काने जाणता येत नाही. ब्रह्मचिंतन करणारा ज्ञानी पुरुषच त्याचे ज्ञान देऊ शकतो; आणि त्याला जाणण्यासाठी जी निर्भयता, जे धैर्य आवश्यक असते, ते तुझ्याकडे आहे. तुझ्यासारखा चिकित्सक, जिज्ञासू श्रोता दुर्मीळ आहे. ऐहिक इच्छापूर्ती यज्ञाचे अतिशय श्रेष्ठ असे फळ आणि अणिमादी सिद्धींमुळे मिळणारे ऐश्वर्य आणि विपुल प्रतिष्ठा या सर्वांची क्षणभंगुरता जाणून मोठ्या धीराने तू त्यांचा मोह टाळला आहेस. म्हणून नचिकेत्या, आता मी तुला मुक्तीचे हे घर देतो आहे. म्हणजेच, मोक्षाच्या घराची जणू किल्लीच असणारे ज्ञान देतो आहे. आत्मा हा सहजी न कळणारा, बुद्धिरूपी गुहेत राहणारा आहे. त्याचे खरे स्वरूप जो जाणतो, तो हर्ष-शोकांच्या, राग-लोभाच्या पलीकडे जातो."

यमाचे नचिकेत्याशी चाललेले बोलणे हे फक्त त्याच्या उत्तरापुरते मर्यादित नव्हते, तर तो एक प्रकारे त्याच्या आत्मचिंतनाचा प्रकट आविष्कार होता. ज्ञानदानातील त्याची उत्कटता पाहून नचिकेत्याने त्याला प्रश्न केला, "धर्म, अधर्म, कार्यकारण, भूत, भविष्य, वर्तमान या सर्वांच्या पलीकडे असणारे जे तत्त्व तू जाणतोस, तेही तू मला सांग."

उत्तरादाखल यमाने अविनाशी अशा परमात्मतत्त्वाचे ज्ञान त्याला देण्यास आरंभ केला. यम म्हणाला, "ते परमात्मतत्त्व साऱ्या विश्वाचा मोठा आधार आहे. ते नित्य, निरामय आहे. शरीरांचा नाश झाला तरी त्यातील परमात्मतत्त्वाचा नाश होत नाही. शरीराचा वध करता येतो तसा या तत्त्वाचा वध करता येत नाही; कारण ते अव्यय आहे, अक्षय आहे. अणूपेक्षाही सूक्ष्म आणि ब्रह्मांडाहूनही व्यापक आहे. ते जन्मतही नाही आणि मरतही नाही. याचे केवळ शाब्दज्ञान त्याचे यथार्थ स्वरूप दाखवू शकत नाही. त्यासाठी मन:शांती आणि एकाग्रता आवश्यक असते. प्रवचनातून किंवा खूप वेगवेगळे ग्रंथ ऐकून ते कळत नाही."

नचिकेता मोठ्या कुतूहलाने यमाचे बोलणे ऐकत होता, हे जाणवल्यामुळे यमाच्या सांगण्यातही अधिक जोर आला. तो नचिकेत्याला कळेल अशा पद्धतीने परमात्मस्वरूप सांगण्याचा प्रयत्न करू लागला. म्हणाला, "नचिकेत्या, आपला

आत्मा रथारूढ झालेला मनुष्य आहे. शरीर हा रथ आहे, बुद्धी ही सारथी आहे आणि मन हा लगाम आहे. इंद्रिये हे अश्व आणि विषय हे त्यांचे मार्ग आहेत. या इंद्रियरूपी घोड्यांना कुठे वळवावे हे कळण्यासाठी मन ताब्यात असावे लागते. सारथ्याचे लगामावर नियंत्रण असावे लागते, तसेच इथे बुद्धीचे नियंत्रण मनावर हवे. म्हणजे मग, इंद्रियरूपी अश्व भलतीकडे न वळता ताब्यात राहून वाटचाल करतात. असा विवेकी मनुष्य जन्म-मरण चक्रातून सुटतो. परमात्मतत्त्वापर्यंत पोहोचतो. अशा मनुष्याला मृत्यूचे भय उरत नाही. तो परमात्मरूप होतो. हीच 'काष्ठा परा गती' (अंतिम श्रेष्ठ अशी अवस्था) असते. अर्थात, हे सर्व समजून घेण्यासाठी गुरूला शरण जावे लागते. धारदार तलवारीवर चालणे जसे अवघड, तसेच आत्मज्ञान करून घेणे ही अवघडच! देहातून आत्मा निघून गेला की तिथे कलेवराशिवाय काहीच उरत नाही. त्यामुळे महत्त्वाचा असतो तो आत्मा, ते चैतन्य! जे मृत्यूपूर्वी त्याला जाणतात ते मुक्त होतात आणि जे जाणत नाही ते पुन्हा नव्याने शरीर धारण करून जन्माला येतात."

यम सलीलपणे बोलत होता आणि नचिकेता उत्सुकपणे ऐकत होता. पुढे यमाने अश्वत्थ वृक्षाचे रूपक करून विश्वाचे अनादित्व, व्यापकत्व स्पष्ट केले. आत्मा किंवा चैतन्य वेगवेगळ्या लोकांत कसे दिसते व जाणवते ते सांगितले. "हृदयात अंगुष्ठमात्र स्वरूपात राहणारे चैतन्य म्हणजे आत्मा. या आत्म्याच्या ठिकाणी बुद्धीचे स्थिर राहणे म्हणजे योग. या योगाच्या साहाय्याने मनातील सारे संशय नष्ट होतात तेव्हा मोक्ष प्राप्ती होते." अशा प्रकारे आपल्या बोलण्याचा समारोप करून यम थांबला.

नचिकेत्याला जे हवे होते, ज्याची जिज्ञासा होती ते आणि त्यापेक्षा कितीतरी अधिक ज्ञान यमाकडून त्याला मिळाले होते आणि तेही कोरडेपणाने दिलेले ज्ञान नव्हते. त्या सांगण्यात, त्या देण्यात त्याच्या जिज्ञासेबद्दलचे कौतुक होते, ज्ञानाबद्दलची अपार आस्था होती आणि जिज्ञासूना कळावे या कळकळीमुळे आलेली सहजता, सुबोधताही होती. नचिकेत्याचे मन तृप्त झाले. योगविधींसह मिळालेली ती विद्या प्राप्त झाल्याने नचिकेत 'पूर्णकाम' झाला... ब्रह्मरूप झाला.

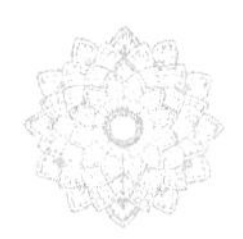

श्रेष्ठ कोण?

प्रश्नोपनिषदातील ही कथा आहे. प्रश्नोपनिषद हे प्रमुख दहा उपनिषदांपैकी चौथे उपनिषद् आहे. अथर्ववेदाच्या पैप्पलाद शाखेचे मानले गेलेले हे छोटेखानी उपनिषद् 'सृष्टीचे मूळ कशात?' यापासून 'परमात्मतत्त्वाचे स्वरूप कसे?' अशा विविध तत्त्वज्ञानविषयक प्रश्नांचा उलगडा करते. संवाद, प्रश्नोत्तरे हाच या उपनिषदाचा आत्मा आहे. अन्य उपनिषदे गद्य पद्यात्मक आहे. मात्र, हे उपनिषद् प्रामुख्याने गद्य असलेले दिसते.

पिप्पलाद नावाच्या ऋषींकडे कबंधी कात्यायन, भार्गव वैदर्भी, अश्वलायन कौसल्य, गार्ग्य सौर्यायणी, सत्यकाम शैब्य आणि सुकेश भारद्वाज असे सहा ऋषी शिष्यभावाने गेले. त्या सर्वांना सृष्ट्युत्पत्तीविषयक काही शंका होत्या. हे सारे ऋषी 'ब्रह्मपर', 'ब्रह्मनिष्ठ' आणि 'परंब्रह्मान्वेषमाण' होते. ब्रह्मतत्त्व हा सर्वांच्याच चिंतनाचा एकमेव विषय होता... तो त्यांचा शोधविषय होता... ब्रह्म हेच त्यांचे 'ज्ञेय' आणि 'ध्येय'ही होते... त्यावर त्यांची निष्ठा होती, म्हणूनच ते जाणणाऱ्या पिप्पलादांकडे नम्रपणे गेले होते. 'हे आपल्याला सर्व काही सांगतील' ही त्यांची श्रद्धा होती.

पिप्पलादांनी त्या साऱ्या जिज्ञासू ऋषींचे स्वागत केले आणि त्यांना सांगितले, 'हे ज्ञान हवे असेल तर तप करत, ब्रह्मचर्य पाळत, श्रद्धेने वर्षभर तुम्ही इथे आश्रमात राहा. मग हवे ते प्रश्न विचारा. मला उत्तरे ठाऊक असतील तर नक्की सगळ्या प्रश्नांची उत्तरे मी देईन.'

पिप्पलादांनी सांगितलेला हा वर्षभराचा काळ हा आत्ताच्या काळातल्या ट्रेनिंग पिरियडसारखाच होता. खरे तर ते सहाही ऋषी विद्वान होते. मात्र, त्यांना जे ज्ञान हवे होते त्याचे महत्त्व ते जाणत होते. ते मिळवण्यासाठी वर्षभर व्रतस्थ राहण्याची त्यांची तयारी होती.

वर्षभराने ते पिप्पलादांकडे आले आणि त्यांनी आपापले प्रश्न त्यांच्यासमोर मांडले.

कबंधी कात्यायनाच्या *'कुतः प्रजा?'* (सर्व प्रजा कुठून निर्माण होतात?) या प्रश्नाला सविस्तर उत्तर मिळाल्यानंतर भार्गव वैदर्भीनी प्रश्न केला, 'किती देव या प्रजांना धारण करतात?' आणि *'कः पुनरेषां वरिष्ठः?'* (त्यामध्ये श्रेष्ठ कोण?)

उत्तर देताना पिप्पलाद म्हणाले –

आकाश, वायू, अग्नी, जल, पृथ्वी ही पंचमहाभूते; आणि वाणी, मन, डोळे, कान ही इंद्रिये हेही देवच आहेत; जे या प्रजांना धारण करतात, ते सर्व देव एकदा प्रकट होऊन भांडू लागले, "आम्हीच या शरीराला व्यापून धारण करतो."

तेव्हा त्या सर्वांमध्ये श्रेष्ठ असणारा प्राणदेव म्हणाला, "उगीच धुंदीत राहू नका! मीच पाच प्रकारे स्वतःला विभागून हे शरीर धारण करतो!"

पण त्या सर्वांनी मानले नाही. तेव्हा प्राण मोठ्या अभिमानाने शरीरातून वरच्या बाजूने बाहेर पडू लागला. तो शरीरातून ऊर्ध्वगामी होताच सगळी इंद्रियेही बाहेर पडल्यासारखी होऊ लागली... सगळी कासावीस झाली! मधाच्या पोळ्यातून राणीमाशी बाहेर पडताच सगळ्या माश्या बाहेर पडतात, तशीच अवस्था तिथे झाली.

तेव्हा वाणी, मन, डोळे, कान सर्वांनी प्राणाचे श्रेष्ठत्व मान्य केले आणि त्याची स्तुती करण्यास सुरुवात केली – "हा प्राणच अग्नी होऊन तळपतो... पर्जन्य होऊन वृष्टी करतो... हाच इंद्र, हाच वायू, हाच रयि म्हणजेच अन्न... आणि हाच सदसद् आणि अमृततत्त्व आहे. रथाच्या चाकात जशा आऱ्या एकत्र असतात तशीच सर्व इंद्रिये प्राणात एकवटली आहेत. सारे वेद, यज्ञ, क्षत्रिय, ब्राह्मण... थोडक्यात सारी सृष्टी प्राणातच समाविष्ट आहे. हे प्राणा! तूच शरीरात मुख्य आहेस. तू देवांना हवि पोहोचवणारा... पितरांना बळी पोहोचवणारा आहेस. तेजोनिधी सूर्य तूच आहेस... तूच वृष्टी करतोस म्हणून प्रजा जगतात... तू वाणी, डोळे, कान इत्यादींच्या ठायीच राहा. 'मा उत्क्रमीः।' (शरीरा बाहेर जाऊ नकोस!)" अशा प्रकारे स्तुती करून

प्राणाचे श्रेष्ठत्व सगळ्यांनी मान्य केले. हे सांगून पिप्पलाद थांबले.

भार्गव वैदर्भींना आपल्या प्रश्नाचे योग्य उत्तर मिळाल्याने तेही सुखावले.

प्रश्नोपनिषदातील ही कथा इथे संपते. मात्र, हीच कथा आणखी विस्ताराने छांदोग्य आणि बृहदारण्यक या अन्य दोन महत्त्वाच्या उपनिषदांमध्येही वेगवेगळ्या संदर्भाने आलेली दिसते.

छांदोग्य उपनिषद् हे सामवेदाच्या छांदोग शाखेचे उपनिषद् आहे. आठ अध्याय एवढा या उपनिषदाचा विस्तार आहे. यातील पाचव्या अध्यायात आरंभीच 'प्राण इंद्रिय संवाद' या नावाने ही कथा आलेली आहे. इथे कुणाच्या विशिष्ट प्रश्नाला उत्तर म्हणून ही कथा आलेली दिसत नाही. 'प्राणविद्या' असेही याला दुसरे नाव येथे दिलेले दिसते. कथा अशी —

एकदा सारे प्राण म्हणजेच वाणी, डोळे, कान ही इंद्रिये आपापसांत 'मीच श्रेष्ठ' असे म्हणून भांडू लागली. शेवटी श्रेष्ठत्वाचा वाद घेऊन ती सारी प्रजापतीकडे गेली. "*भगवन् को नः श्रेष्ठः?*" (आमच्यापैकी श्रेष्ठ कोण?) असा प्रश्न त्यांनी प्रजापतीला केला.

प्रजापतीने त्यांना सांगितले, "जो शरीराबाहेर जाताना शरीर अतिशय अमंगल दिसेल तो श्रेष्ठ!"

लगेच वाणी शरीरातून बाहेर पडली. वर्षभर बाहेर फिरून ती परतली, तर शरीर ठीकठाक दिसत होते. तिने इतर सर्व इंद्रियांना विचारले, "तुम्ही माझ्याशिवाय कसे जिवंत राहिलात? कसे जगलात?"

सर्व इंद्रियांनी उत्तर दिले, "जसे मुके लोक जिवंत राहू शकतात तसे! प्राणाने श्वास घेत, डोळ्यांनी पाहत, कानाने ऐकत आणि मनाने चिंतन करत आम्ही जगलो." हे ऐकून वाणी मुकाट्याने शरीरात परतली.

मग डोळे शरीरातून बाहेर पडून वर्षभर बाहेर राहून परतले. बघतात तर सारे जसेच्या तसे होते! कुठेही काही कमी असल्याचे जाणवत नव्हते. त्यांनी विचारले, "आमच्याशिवाय कसे जिवंत राहिलात? कसे जगलात?"

सर्व इंद्रिये उत्तरली, "जसे आंधळे राहतात तसे!" हे ऐकून डोळे परतले.

पुढे कान बाहेर गेले आणि वर्षभरानंतर परतले.

मन बाहेर गेले आणि परतले, तरीही शरीर सुखरूप राहिले!

"जसे बहिरे आणि वेडे लोकही जिवंत राहतात तसे आम्ही राहिलो!" असे सर्व इंद्रियांनी कानाला आणि मनाला सांगितले. तेही मग आपापल्या कामांवर परतले.

शेवटी प्राण शरीराबाहेर पडू लागला. मजबूत खांबांना उत्तम अश्वाने उखडून टाकावे, तसे सर्व इंद्रियांना त्याने कासावीस केले.

तेव्हा सर्व इंद्रियांनी त्याला शरण येऊन सांगितले, "आमच्यामध्ये तूच श्रेष्ठ आहेस! तू शरीराबाहेर नको जाऊस! आमचे जे-जे म्हणून सामर्थ्य आहे ते सारे प्राणामुळेच आहे!"

थोडक्यात, प्राणच सर्व इंद्रियांच्या रूपात आपले शरीर चालवतो. हे प्रतिपादन करणारी ही कथा सत्यकाम नावाचा गुरू आपल्या शिष्याला सांगतो.

हीच कथा बृहदारण्यक उपनिषद् या नावाप्रमाणेच आकाराने मोठ्या उपनिषदात सहाव्या अध्यायात 'खिलपर्व' म्हणून येते. शुक्ल यजुर्वेदाचे मानले गेलेल्या या उपनिषदातही ही छांदोग्यासारखीच सविस्तर आढळते.

बाकी कथा छांदोग्यासारखीची असली तरी या कथेत डोळे, कान, मन यांच्याबरोबरच 'रेत'ही इंद्रिय म्हणून उल्लेखलेले दिसते.

सर्व इंद्रिये प्राणाला शरीराबाहेर न जाण्यास विनंती करतात तेव्हा तो त्यांना सांगतो, "असे करण्याबद्दल तुम्ही मला काहीतरी 'बलिं कुरुत.' (नैवेद्य/कर द्या!)"

त्या वेळी 'आमच्यातील ज्या काही शक्ती आहेत त्या तुला अर्पण!' असे म्हणून सारी इंद्रिये त्याच्या समोर नतमस्तक होतात, असा वेगळा उल्लेख येथे आढळतो.

एकूणच प्राणाचे शरीरातील महत्त्व अधोरेखित करणारी ही कथा आहे. प्राणामुळेच सर्व इंद्रियांना सामर्थ्य प्राप्त होत असल्याने त्या इंद्रियांचा उल्लेखही 'प्राण' असाच तीनही उपनिषदांत केलेला आढळतो.

शोध ब्रह्माचा!
अर्थात, भार्गवी वारुणी विद्या

ही गोष्ट आहे तैत्तिरिय उपनिषदातली. तैत्तिरिय उपनिषद् हे दशोपनिषदांतील सातवे उपनिषद. हे कृष्ण यजुर्वेदाचे उपनिषद् मानले जाते. तैत्तिरिय आरण्यकातील अंतिम तत्त्वज्ञानपर भाग उपनिषद् म्हणून वेगळा काढलेला दिसतो. त्यात तीन वल्ली – विभाग आढळतात : शिक्षावल्ली, ब्रह्मानंदवल्ली आणि भृगुवल्ली. भृगुवल्लीतील ही कथा आहे.

भृगु हा वरुणाचा मुलगा. तो एकदा पिता वरुण याच्याकडे शिष्यभावाने जाऊन म्हणाला, "अधीहि भगवो ब्रह्म इति" शिष्यभावाने म्हणजेच नम्रपणे त्याने 'ब्रह्म म्हणजे काय, ते मला शिकवा, तात!' असे सांगितले.

"अन्न, प्राण, डोळे, कान आणि मन वाणी इत्यादी पाहा. ज्याच्यापासून हे प्राणिमात्र जन्मतात, जन्मलेले जीव जगतात आणि शेवटी ज्याच्यामध्ये विलीन होतात ते ब्रह्म होय. ते योग्य प्रकारे जाणून घे." वरुणाने भृगुला सविस्तर उत्तर दिले. त्यात ब्रह्माचे तटस्थ लक्षण सांगितले आणि ते ब्रह्म जाणण्याचा मार्गदेखील सांगितला. 'तपाने ब्रह्म जाण.'

मंडळी, वरुणाने सांगितलेले हे तप म्हणजे, ज्याला आपण तपश्चर्या म्हणतो. तपश्चर्या म्हणजे एका जागी बसून ध्यान, जप इत्यादी करणे नव्हे; तर तप म्हणजे चिंतन-मनन. 'विचारो तप उच्यते' असे शंकराचार्यदेखील सांगतात.

पित्याचे बोलणे ऐकून भृगुने तसे तप केले. तप करून त्याने 'अन्न हे ब्रह्म' हे जाणले. कारण अन्नामधूनच खरोखर सारे प्राणिमात्र जन्मतात, त्याच्याचमुळे जगतात आणि त्या अन्नातच विलीन होतात, हे त्याला जाणवले.

हे त्याने जाणले खरे; पण मग त्याला प्रश्न पडला की, ब्रह्म तर अज आणि

अव्यय असते; आणि अन्न निर्माण होते आणि नाहीसेही होते. मग ते ब्रह्म कसे होईल? आपल्या चिंतनात काहीतरी अपुरेपणा जाणवल्यामुळे भृगु पुन्हा वरुणाकडे आला आणि म्हणाला, 'तात! ब्रह्म म्हणजे काय ते सांगा ना!'

वरुण म्हणाला, 'वत्सा! तपाने ब्रह्म जाणून घे. तप हेच ब्रह्म होय.'

भृगु परतला आणि चिंतन करू लागला. तेव्हा त्याला जाणवलेले प्राण हे ब्रह्म होय. कारण प्राणामुळेच प्राणिमात्र जन्मतात, त्याच्याचमुळे जगतात आणि शेवटी त्याच्यातच लय पावतात. पण, पुन्हा त्याला चिंतनातला अपुरेपणा जाणवला. अन्न मिळाले नाही, तर प्राण सुकतो, जीव कासावीस होतो, हे अनुभवाला आले. आठ दिवस काही खाल्ले-प्यायले नाही, तर प्राणाच्या कार्यात अडथळा येतो, हे त्याला जाणवले.

पुन्हा तो वरुणाकडे आला. वरुणाने पुन्हा त्याला चिंतन करण्याची सूचना केली. पित्याकडून परतलेला भृगु विचारमग्न झाला. तेव्हा त्याला मनामुळे सर्व प्राणिमात्र जन्मतात, जगतात आणि मनातच विलीन होतात, असे जाणवले. तो 'मन म्हणजे ब्रह्म' या निष्कर्षाप्रत आला. पण, नंतर मन हे अन्य इंद्रियांप्रमाणे एक इंद्रिय आहे म्हणजेच साधन आहे. मग ते ब्रह्म कसे होईल? अशी शंका आल्यामुळे तो पुन्हा वरुणाकडे आला. वरुणाने पुन्हा तपाचाच सल्ला दिला.

भृगु चिंतनात मग्न झाला आणि विज्ञान म्हणजे ब्रह्म असे त्याला जाणवले. पण मग, विज्ञान म्हणजे बुद्धीचे व्यापार-व्यवहार, त्यातून येणारे कर्तृत्व म्हणजेच अहंकार आणि अहंकार हा क्लेशाला कारण होतो. त्यामुळे विज्ञान म्हणजे आनंदमय ब्रह्म नव्हे, हे जाणवल्यावर भृगुने वरुणाकडे येऊन चिंतनासाठीची ऊर्जा घेतली.

अखेर त्यानंतरच्या चिंतनात भृगुला जाणवले की, आनंद हाच कोणत्याही निर्मितीचे कारण आहे, आनंदच आपल्या सर्वांना टिकवूनही ठेवतो आणि जो दुःखमय संसरणचक्रातून सुटतो तो आनंदातच लय पावतो, त्यामुळे 'आनंद हे ब्रह्म' या उत्तरापाशी भृगुचा शोध थांबला. खऱ्या अर्थाने ब्रह्म सापडल्याच्या समाधानात 'हाऽवु हाऽवु' असे आनंदगीत गात परतला.

अन्नापासून किंवा 'अन्न हेच ब्रह्म' या विचारापासून सुरू झालेला हा चिंतन प्रवास म्हणजेच 'भार्गवी वारुणी विद्या'.

यात पुढे वरुणने भृगुला अन्नाचे आणि अन्नदानाचे महत्त्वही सांगितले : 'अन्नाला कमी महत्त्वाचे मानून ते नाकारू नये! अन्न खूप साठवावे, कारण ते व्रत आहे. अन्न ज्या भावनेने तयार करू आणि दुसऱ्याला देऊ त्या भावनेनेच ते फळ देते. चांगल्या भावनेने तयार केलेले आणि दिलेले अन्न उत्तम फळ देते. वाईट पद्धतीने आणि भावनेने तयार केलेले आणि दिले जाणारे अन्न वाईट फळ देते. म्हणूनच अन्न ज्या कोणत्याही प्रकारे मिळेल त्या प्रकारे मिळवून साठवावे आणि अभ्यागताला नम्र भावाने अन्नदान करावे'. वरुणाचे हे सांगणे हा आजही उपयुक्त असा सल्लाच नव्हे काय!

या कथेत सांगितलेले ज्ञानप्राप्तीचे सूत्र खूप महत्त्वाचे आहे. 'तपाने ब्रह्म जाण!' अशी सूचना करणारा वरुण, 'ज्ञान ही स्वप्रयत्नांनी मिळवण्याची गोष्ट आहे, ती वडिलोपार्जित नव्हे; तर स्वकष्टार्जित संपत्ती आहे' हे सांगणारा पिता, आणि पित्याच्या सूचनेनुसार स्वप्रयत्नांती ती लाभल्यावर आनंदाने पित्याचा निरोप घेणारा भृगु हे आदर्श गुरू-शिष्य आहेत!

सत्य आणि सबुरी

ही कथा आहे छांदोग्य उपनिषदातली. छांदोग्य उपनिषद् हे प्रमुख दशोपनिषदांमधील आठवे उपनिषद. हे सामवेदाच्या छांदोग शाखेचे उपनिषद् मानले जाते आणि बृहदारण्यकाप्रमाणेच मोठे आणि महत्त्वाचे उपनिषद् आहे. याचे एकूण आठ अध्याय आहेत, त्यापैकी चौथ्या अध्यायात ही कथा आली आहे.

सत्यकाम हा जबाला या स्त्रीचा पुत्र. एकदा त्याने आईला विचारले, "माते, मी आचार्यकुलात ब्रह्मचर्यव्रताने अध्ययनासाठी राहू इच्छितो. तेव्हा मला सांग, माझं गोत्र कोणतं? गुरुकुलात प्रवेश घेताना ते सांगावं लागेल ना!"

जबाला म्हणाली, "मुला, तुझे गोत्र मला नाही रे ठाऊक! अनेकांची सेवा करत जगणाऱ्या मला तारुण्यात तू झालास, त्यामुळे मी नाही सांगू शकत तुझे गोत्र. मी जबाला नावाची स्त्री, तू माझा पुत्र आहेस. त्यामुळे तू 'सत्यकाम जाबाल' अशी स्वतःची ओळख देऊ शकतोस."

मातेवर अतीव श्रद्धा असणारा सत्यकाम हारिद्रुमत गौतम ऋषींकडे गेला. म्हणाला "भगवन्! मी ब्रह्मचर्य व्रताचे पालन करून आपल्यापाशी राहू इच्छितो, आपल्याकडे अध्ययन करू इच्छितो."

हारिद्रुमतांनी विचारले, "वत्सा, कोण तू? तुझे गोत्र कोणते?"

"भगवन्! मला माझे गोत्र ठाऊक नाही. माझ्या मातेला मी याबाबत विचारले तेव्हा कळले की, ती तारुण्यात अनेकांकडे सेवाभावाने राहत असल्यामुळे माझा

पिता कोण आणि गोत्र काय हे तिला नेमके ठाऊक नाही. पण ती जबाला आणि मी तिचा पुत्र सत्यकाम! म्हणून मी 'सत्यकाम जाबाल' आहे." सत्यकामाने शांतपणे उत्तर दिले.

हारिद्रुमतांनी त्या तेजस्वी ब्रह्मचार्याच्या तोंडून हा वृत्तान्त ऐकला. त्याच्या चेहऱ्यावरचा निरागस आणि प्रांजळ भाव त्यांना जाणवला आणि आवडलाही! ते म्हणाले, "वत्सा, हे असे स्पष्ट आणि खरे बोलणे कुणा सामान्य वा अडाणी मनुष्याला नाही जमणार! तेव्हा, समिधा घेऊन ये. मी तुझे उपनयन करतो, तुझ्यावर विद्याव्रत संस्कार करतो; कारण तू कटु असलेल्या सत्यापासून जराही ढळला नाहीस."

हारिद्रुमतांनी सत्यकामाला शिष्य म्हणून स्वीकारले आणि त्याचे उपनयन करून अतिशय दुबळ्या अशा ४०० गायी त्याला निवडून दिल्या आणि सांगितले, "यांना वनात घेऊन जा आणि त्यांची सेवा कर."

गायींना वनात घेऊन जातानाच सत्यकामाने ठरवले, 'या ४०० गायींच्या हजार गायी होतील तेव्हाच परतेन मी!' 'असहस्त्रेण न आवर्तेय।' (हजार झाल्याशिवाय नाही येणार!)

पुढे कित्येक वर्षे तो गायींची सेवा करत वनात राहिला. त्याच्या सेवेने आणि श्रद्धेने गायींची संख्या हजार झाल्यावर त्यांपैकी एक बैल सत्यकामाशी बोलू लागला, "सत्यकामा, आम्ही आता हजार झालो. आम्हांला आता आचार्यकुलात घेऊन चल!"

सत्यकामाच्या तपाने संतुष्ट झालेली वायुदेवता बैलाच्या रूपात प्रविष्ट होऊन सत्यकामाशी संवाद साधू लागली… "पूर्व, पश्चिम, दक्षिण, उत्तर या चार दिशा… या प्रकाशाच्या चार कला… ती प्रत्येक दिशा हा ब्रह्माचा सोळावा भाग… आणि त्या चारही दिशा मिळून ब्रह्माचा चौथा भाग होतो, हे जाणून या प्रकाशमान पादाची उपासना करणारा प्रकाशमान होतो." बैलरूपी वायुदेवतेने सत्यकामाला सांगितले आणि 'त्यापुढील उपदेश अग्नी करेल' असे सांगून ती थांबली.

दुसऱ्या दिवशी आश्रमाकडे जाताना वाटेत संध्याकाळ झाल्यावर गायींना एकत्र करून सत्यकामाने अग्निहोत्रादी करून अग्नीला आहुती दिली आणि तो तिथेच अग्नीजवळ पूर्वाभिमुख बसला. तेवढ्यात अग्नीमधून हाक आली… 'सत्यकामाऽ'

"काय, भगवन्!" सत्यकामाने प्रतिसाद दिला.

"पृथ्वी, अंतरिक्ष, द्यौ आणि समुद्र अशा चार कलांचा मिळून ब्रह्माचा अनंतवान नामक पाद होतो. त्याला जाणून त्याची उपासना करणारा अनंत लोकांना जिंकतो." सत्यकामाने नम्रपणे अग्नीला वंदन केले. अग्नी म्हणाला, "पुढचा भाग तुला हंस सांगेल."

त्यानुसार दुसरे दिवशी संध्याकाळी अग्निहोत्रापाशी बसला असता तिथे हंस आला आणि 'वत्सा सत्यकामाऽ' अशी हाक मारून त्याच्याशी बोलू लागला. सत्यकाम नम्रपणे ऐकू लागला... "सत्यकामा, अग्नी, सूर्य, चंद्र आणि विद्युत असे चार मिळून ब्रह्माचा ज्योतिष्मान पाद बनतो, हे जो जाणेल आणि त्याची उपासना करेल तो तेजस्वी होतो. आता यापुढचे ज्ञान तुला 'मद्गु' म्हणजे बगळा सांगेल."

त्यानंतर दुसरे दिवशी बगळा भेटला. प्राण, डोळे, कान आणि मन अशा चार कलांनी युक्त अशा ब्रह्माच्या आयतनवान् पादाचा परिचय त्याने सत्यकामाला दिला. "ब्रह्माचा हा पाद ज्याला जाणता येतो तो आयतनवान् होतो." असे सांगून तो थांबला.

अशा प्रकारे निसर्गातील चार वेगवेगळ्या घटकांकडून ज्ञानप्राप्ती करून घेत सत्यकाम आश्रमात पोहोचला. चारशेच्या जागी हजार झालेल्या गायींना घेऊन इतक्या वर्षांनी परतलेल्या सत्यकामाच्या चेहऱ्यावरचे तेज आणि उत्साह पाहून हारिद्रुमतांनी विचारले, "वत्सा, ब्रह्मज्ञानी झाल्यासारखा दिसतो आहेस! तुला कुणी बरं ज्ञान दिलं?"

"भगवन्! मनुष्यांहून वेगळ्या देवतांनी मला ज्ञान दिलं. पण, मला आपल्याकडून ब्रह्मज्ञान व्हावं ही अपेक्षा आहे. कारण आपल्याकडूनच मी पूर्वी ऐकले आहे, की 'आचार्यांकडून घेतलेलं ज्ञानच उत्तम गती देणारं असतं.'"

सत्यकामाचा प्रांजळपणा पुन्हा एकदा हारिद्रुमतांना जाणवला आणि प्रसन्नपणे त्यांनी पुन्हा तेच सारे ज्ञान सत्यकामाला उलगडून सांगितले. ब्रह्माची सर्वांगीण व्याप्तीच जणू त्यातून सत्यकामाला कळली. तो 'तृप्तकाम' झाला.

यानंतर कामलायन उपकोसल नामक एक सत्यकामाचा शिष्य ब्रह्मचर्य व्रत पाळून अग्नीची सेवा करत अध्ययनासाठी १२ वर्षे राहिला. त्याच्याबरोबरच्या इतर शिष्यांना अध्ययन पूर्ण झाल्यावर दीक्षान्त उपदेश करून सत्यकामाने घरी पाठवले.

मात्र, उपकोसललाला त्याच्या अग्निसेवेचे फळ म्हणून काही वेगळे ज्ञान दिले नाही किंवा त्याला घरी परत जाण्याची अनुज्ञाही दिली नाही. पत्नीने उपकोसलाच्या विशेष अग्निसेवेचा उल्लेख करून आणि त्याच्या अध्ययनाचे कौतुक करून सत्यकामाने त्याला विद्या द्यावी, असे सुचवले. त्याला आपण विद्या दिली नाही, तर त्याने ज्यांची उत्तम सेवा केली आहे, ते अग्नी आपल्यावर नाराज होतील, असेही सांगितले. तरीही, सत्यकाम त्याला विद्या न देताच प्रवासाला निघून गेला.

इकडे गुरू आपल्याकडे दुर्लक्ष करून निघून गेले या भावनेने उपकोसल दुःखी झाला. त्याने उपोषण करण्याचा निश्चय केला. गुरुपत्नीने त्याला तसे न करण्याबाबत सांगितले. तेव्हा तो म्हणाला, "मानवी देहात विषयानुसार प्रवेशणाऱ्या नानाविध इच्छाच दुःखाचे कारण आहेत, मी त्यांचा नाश करेन!"

त्याची ती अवस्था पाहून तिन्ही यज्ञीय अग्नी एकत्र आले, म्हणाले, "तप्तो ब्रह्मचारी कुशलं नः पर्यचारीत्।" (हा ब्रह्मचारी दुःखी आहे. याने आपली खूप उत्तम सेवा केली आहे. आपण याला विद्या देऊ.)

त्यानुसार त्यांनी त्याला 'प्राण हेच ब्रह्म' हे ज्ञान दिले व या प्राणविद्येला किंवा प्राणब्रह्माला त्याच्या आश्रयभूत आकाशामुळे 'कं' ब्रह्म किंवा 'खं' ब्रह्म म्हणतात, असे सांगितले.

त्यानंतर अनुक्रमे गार्हपत्य, दक्षिण आणि आहवनीय या तिन्ही अग्नींनी आपापली व्याप्ती उपकोसललाला समजावून दिली. त्यावरून पृथ्वी, अग्नी व आदित्य ही गार्हपत्य अग्नीची रूपे; आप (जल), दिशा, नक्षत्रे व चंद्रमा ही दक्षिणाग्नीची रूपे; आणि प्राण, आकाश, द्यौ आणि विद्युत ही आहवनीय अग्नीची रूपे हे त्याला कळले.

ते तिन्ही अग्नी त्याला म्हणाले, "वत्सा उपकोसला, आम्ही तुला ही आत्मविद्या सांगितली. आता तिचे फळ कसे मिळवायचे हे तुझे आचार्य तुला सांगतील." उपकोसलाने नम्रभावाने अग्नींना वंदन केले.

त्यानंतर सत्यकाम परतला. आल्या-आल्या त्याने उपकोसललाला हाक दिली, 'वत्सा उपकोसलाऽ' उपकोसल समोर आला. त्याच्या मुखावर प्रकटलेले ज्ञानप्राप्तीचे तेज सत्यकामाने आपल्या पूर्वानुभवावरून जाणले. त्याने विचारले, "तुला कुणी ज्ञान दिले काय? तुझे मुख ब्रह्मवेत्त्याप्रमाणे तेजस्वी भासते आहे."

सत्यवचनी गुरूचा उत्तम शिष्य असूनही उपकोसलाला पटकन सत्य सांगण्याचे धाडस झाले नाही, "...मला कोण हो ज्ञान देणार!" असं म्हणत त्याने ते लपवण्याचा प्रयत्न केला.

सत्यकामाच्या सत्यनिष्ठतेपुढे आपला प्रयत्न निष्फळ ठरणार हे त्याला त्याच्या नुसत्या दृष्टिक्षेपातूनच कळले, त्यामुळे तो गुळमुळीत स्वरात म्हणाला, "बहुतेक या अग्नींनी मला ज्ञान दिले असावे. कारण पूर्वीपिक्षा आता ते मला वेगळे वाटत आहेत."

सरळपणे नाहीतरी आडवळणाने उपकोसलाने मान्य केल्यावर सत्यकामाने पुढचा प्रश्न विचारला, "काय सांगितले त्यांनी?"

तेव्हा उपकोसलाने अग्नींनी दिलेल्या ज्ञानाची उजळणी सत्यकामासमोर केली. ते ऐकून, "त्यांनी तुला फक्त लोकांची व्याप्ती सांगितली. आता मी तुला ब्रह्मविद्या देतो." असे म्हणत सत्यकामाने उपकोसलाला ते ज्ञान दिले, जे ज्ञान झाले असता कमलपत्र जसे पाण्यात अलिप्त राहते तसा ब्रह्मवेत्ता पापांपासून अलिप्त, निर्लेप राहतो. उपकोसल तसा झाला. अर्थात, गुरूइतका, सत्यकामाइतका प्रांजळपणा तो प्रथम दाखवू शकला नाही. मात्र, सत्यकामाने त्याला ज्ञान न सांगताच प्रवासाला निघून जाऊन त्याची कष्ट करण्याची आणि वाट पाहण्याची तयारी (सबुरी) करून घेतली आणि मगच त्याला ज्ञान दिले. जणू 'सत्य' आणि 'सबुरी' हे ज्ञानप्राप्तीचे निकष असल्याचे अधोरेखित केले.

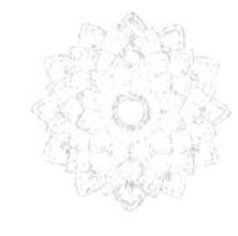

ज्ञानाचे महत्त्व

ही कथा आहे छांदोग्य उपनिषदातली.

उष्स्ति चाक्रायण हे एक विद्वान ऋषी आपल्या पोरसवदा पत्नीसह, जिथे विपुल प्रमाणात हत्ती होते अशा संपन्न गावात राहत होते. पण विजांच्या अप्रतिहत वृष्टीमुळे तेथील पिकांचा सर्वनाश झाल्यामुळे अतिशय विपन्नावस्थेत राहण्याची चाक्रायणांवर वेळ आली होती.

एकदा अगदी भुकेलेल्या अवस्थेत त्यांनी गावातल्या एका माहुताकडे तो सातू खात असलेला पाहून भिक्षा मागितली. "माझ्याकडे तुला द्यायला मी खात असलेल्या या सातूंशिवाय काही नाही. जे होते ते मी वाढून घेतले आहेत." माहूत म्हणाला.

"त्यातलेच थोडे मला दे!" चाक्रायणांनी सांगितले.

एवढा विद्वान मनुष्य मागतो आहे म्हणून माहुताने त्यांना सातू दिले आणि त्यावर पिण्यास पाणीही देऊ लागला. तेव्हा चाक्रायण त्याला म्हणाले, "हे पाणी मला नको. कारण हे पाणी मी प्यायलो तर उष्टे खाल्ल्याचा दोष मला लागेल."

"तुम्ही जे सातू खात आहात, तेही उष्टेच तर आहेत!" माहूत म्हणाला.

"हो, खरं आहे तुझं! पण ते खाल्ले नाहीत तर मी जिवंत राहणार नाही आणि पाणी मला इतरत्रही पुष्कळ आहे प्यायला." चाक्रायणांनी प्रांजळपणे सांगितले.

आपण खाऊन उरलेले सातू ते पत्नीसाठी घेऊन आले. परंतु पत्नीला त्यापूर्वीच चांगले अन्न मिळाले होते, त्यामुळे चाक्रायणांनी तिच्याकडे दिलेले सातू तिने दुसऱ्या दिवशीसाठी ठेवून दिले.

दुसरे दिवशी सकाळी उठून चाक्रायण पत्नीला म्हणाले, "थोडेफार अन्न मिळाले तर मी धन मिळवण्यासाठी जाऊ शकेन. इथला राजा यज्ञ करतो आहे. तिथे सर्व ऋत्विजांकडून माझी निवड होईल." चाक्रायणांच्या स्वरात आत्मविश्वास होता.

त्यांची पत्नी म्हणाली, "आर्य! हे कालचे सातूच फक्त आहेत खाण्यासाठी!" चाक्रायण तेच खाऊन यज्ञासाठी गेले.

यज्ञस्थळी जाऊन जिथे स्तुती करण्यासाठी उद्गाते बसतात तिथे त्यांच्याजवळ चाक्रायण जाऊन बसले. प्रमुख स्तुती करणाऱ्याला ते म्हणाले, "ज्यांची स्तुती करायची, त्या स्तोत्रदेवतांना तू जाणत नसशील तर तुझे मस्तक गळून पडेल!"

उद्गात्याला म्हणाले, "ज्या सामाचं उद्गान करशील, त्याची देवता ठाऊक नसेल तर तुझे मस्तक गळून पडेल बर!"

प्रतिहर्त्याला म्हणाले, "ज्या देवतेला हवि अर्पण करायचा, त्या देवतेविषयी काहीच जाणत नसता तिची स्तुती गायलास तर तुझे मस्तक गळून पडेल!"

चाक्रायणांची ही अधिकारवाणीने अशी परखड विधाने करणे पाहून व ऐकून सर्व उद्गात्यांना जाणवले की, हे कुणीतरी यज्ञीय विधींचे जाणकार विद्वान दिसतात. त्यामुळेच ते इतके स्पष्ट बोलत आहेत. ते सर्व आपापली कामे थांबवून चाक्रायणांचे बोलणे ऐकत राहिले.

आपले सारे उद्गाते शांत झाल्याचे जाणवून यजमान राजाने चौकशी केली. चाक्रायणांना पाहून त्याने विचारले, "भगवन्! आपण कोण? मी यजमान, इथला राजा आहे."

"मी उषस्ति चाक्रायण..." चाक्रायणांनी अगदीच त्रोटक ओळख दिली.

नाव ऐकताच राजाने त्यांना सांगितले, "भगवन्! या यज्ञाचे ऋत्विज नेमण्यासाठी मी आधी तुमचाच शोध घेतला; पण तुम्ही न भेटल्यामुळे मी इतरांना नेमले. आता मात्र आपणच सारी यज्ञकर्में करावीत!"

"ठीक आहे. आता तू ज्यांना नेमले आहेस त्यांनी माझ्या सूचनेनुसार स्तोत्रे गावीत. तू त्यांना जितके धन दक्षिणा म्हणून देणार तितकेच मला दे!" चाक्रायण म्हणाले. राजाने ते मान्य केले.

मग प्रस्तोता ऋषी (आरंभ करणारा) नम्रपणे चाक्रायणांकडे येऊन त्यांना म्हणाला, "मघाशी आपण जे म्हणालात, की प्रस्तावात ज्याची स्तुती गाणार, त्या

देवतेची माहिती असायला हवी, नाहीतर नाश होतो. तर, 'ती देवता कोण?' ते आपण सांगावं!"

चाक्रायण म्हणाले, "प्राण ही ती देवता होय. सर्व प्राणिमात्र प्राणातूनच निर्माण होतात आणि प्रलयकाळी त्यातच विलीन होतात, तीच प्रस्ताव देवता असते. तिला न जाणता तिचे स्तोत्र गाणे हे नाश करणारेच ठरले असते."

उद्गात्यानेही नम्रपणे येऊन देवतेबाबत विचारले.

चाक्रायण म्हणाले, "ती आदित्यदेवता होय. उच्चस्थानी असलेल्या आदित्याची सारे प्राणिमात्र स्तुती करतात. त्याला न जाणता स्तुती केली तर नाश ठरलेलाच!"

यानंतर प्रतिहर्तांही विनम्रभावाने चाक्रायणांजवळ येऊन बसला आणि म्हणाला, "जिच्यासाठी हवि द्यायचा ती देवता कोणती, ते मला सांगावं, भगवन्!"

चाक्रायण म्हणाले, "अन्न ही ती देवता आहे. आत्म्याला अन्न अर्पण करूनच प्राणिमात्र जगतात. तिला न जाणताच तू हवि अर्पण केला असतास, तर खरंच मी म्हटल्याप्रमाणे तुझे मस्तक तुटून पडले असते! अर्थात, तुझा नाश अटळ होता."

सर्व उद्गात्यांनी चाक्रायणांकडून सारे समजून घेऊन यज्ञीय उद्गान केले.

राजानेही प्रसन्न होऊन चाक्रायणांना मान्य केल्याप्रमाणे योग्य दक्षिणा देऊन सन्मानित केले. नैसर्गिक आपत्तीमुळे काही काळ अन्नालाही महाग झालेल्या चाक्रायणांना काही काळ दुःख सोसावे लागले, तरी त्यांच्या यज्ञविषयक ज्ञानाने त्यांना केवळ धनसंपत्तीच नव्हे, तर यथोचित मानही मिळवून दिला.

शेवटी, *विद्या नाम नरस्य रुपमधिकं प्रच्छन्न गुप्तं धनम्* हेच खरं!

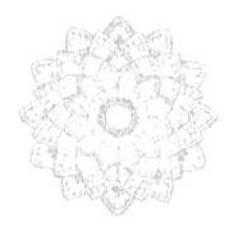

वैश्वानरविद्या

ही कथा आहे छांदोग्य उपनिषदातली.

प्राचीनशाल औपमन्यव, सत्ययज्ञ पौलुषि, इन्द्रद्युम्न भाल्लवेय, बुडिल आश्वतराश्वि असे पाच विद्वान, वेदवेत्ते गृहस्थ मोठे जिज्ञासू होते. एकत्र आले की त्यांची ब्रह्मविषयक चर्चा ठरलेली असे.

एकदा असेच एकत्र आले असताना ते चर्चा करू लागले... 'आत्मा म्हणजे काय? ब्रह्म कसे, काय?' त्यांनी ठरवले... 'आपल्यातले उद्दालक आरुणी हे विद्वान त्या विश्वव्यापी आत्म्याला – त्या वैश्वानराला चांगल्या प्रकारे जाणतात. आपण त्यांच्याकडे जाऊन जाणून घेऊ.'

आरुणीकडे ते येताच त्यांच्या मनातला हेतू जाणून आरुणींनी विचार केला... 'हे विद्वान गृहपती आता मला समग्र आत्मविद्या सांगायला लावणार... तेव्हा मी त्यांना अन्यत्र पाठवेन, म्हणजे मला काही त्यांना सारे उलगडून सांगत बसायला नको.'

त्या सर्वांनी आरुणींसमोर वैश्वानर आत्म्याच्या स्वरूपाविषयीचा प्रश्न ठेवल्यावर ते त्यांना म्हणाले, "कैकय राजा अश्वपती सध्या या वैश्वानर आत्म्याला उत्तम प्रकारे जाणतो त्याच्याचकडे जाऊ या आपण."

तिथे पोहोचल्यावर एवढे ज्ञाते, श्रोत्रिय ब्राह्मण आपल्याकडे आल्याचे पाहून अश्वपतीने प्रत्येकाची स्वतंत्रपणे पूजा केली. पहाटे उठल्यानंतर तो त्या सर्वांना म्हणाला, "माझ्या राज्यात चोर, कृपण, मद्यपी, यज्ञ (अग्निहोत्रादी नित्य यज्ञ) न करणारे कुणी नाहीत... आणि विद्वान नसलेलेही कुणी नाहीत. परस्त्रीगमन करणारा

कुणी पुरुषही नाही, तर मग स्त्री कुठून असणार? माझी यज्ञ करण्याची इच्छा आहे. एकेका ऋत्विजाला जेवढी दक्षिणा मी देईन तेवढीच मी तुम्हां सर्वांनाही देईन. त्यामुळे आता तुम्ही सर्वांनी येथे राहावे; म्हणजे आपला सर्वांचा आशीर्वाद यज्ञकार्यालाही लाभेल.”

अश्वपतीचे बोलणे ऐकून सर्व जण चकित झाले! ते म्हणाले, “राजन्! तुम्ही म्हणता ते ठीक आहे. पण, आधी आम्ही ज्यासाठी आलो आहोत ती आमची इच्छा पूर्ण करावी आपण! विश्वव्यापक आत्म्याला, वैश्वानर आत्म्याला आपण उत्तम प्रकारे जाणता, त्याबाबतचे ज्ञान आम्हांला द्या!”

अश्वपती म्हणाला, “ठीक आहे. उद्या सकाळी बोलू आपण.”

दुसरे दिवशी सकाळी ते पाचही जण हाती समिधा घेऊन विनम्रपणे अश्वपतीकडे पोहोचले. पण त्यांना शिष्य म्हणून न स्वीकारताच अश्वपतीने बोलण्यास सुरुवात केली. त्याने विचारले, “हे औपमन्यवा! आपण कोणत्या स्वरूपात या आत्म्याची उपासना करता?” (थोडक्यात, आपली आत्मस्वरूपाबाबतची कल्पना काय आहे?)

“राजन्! मी द्युलोकरूपी आत्म्याची उपासना करतो.” (माझ्या दृष्टीने स्वर्ग म्हणजे आत्मा, म्हणून मी तशा प्रकारे त्याचे स्तवन करतो,) औपमन्यव उत्तरला.

अश्वपती हसला... म्हणाला, “तुम्ही ज्याची उपासना करता, तो ‘सुतेजस’ नामक आत्मा आहे. या उपासनेमुळे तुमच्या कुळात कर्मठ लोक जन्मले आहेत. द्युलोक फक्त मस्तक आहे त्या विश्वव्यापी आत्म्याचे! आज तुम्ही इथे आला नसता, तर उपासनेत राहणाऱ्या त्रुटीमुळे तुमचे मस्तक तुटून पडले असते, म्हणजे तुमचा नाश झाला असता!”

यानंतर सत्ययज्ञाला अश्वपतीने तोच प्रश्न विचारला. “राजन्! मी आदित्यरूपी आत्म्याची उपासना करतो.” (माझ्या दृष्टीने आदित्य म्हणजे आत्मा; म्हणून मी त्या रूपात आत्म्याची उपासना करतो,) सत्ययज्ञाने उत्तर दिले.

“तुम्ही ज्याची उपासना करत आहात तो विश्वरूप आत्मा होय. त्यामुळे तुमच्याकडे वेगवेगळ्या प्रकारची संपत्ती आहे. ही उपासना तुम्हांला अन्नादी प्रिय वस्तू देणारी असली तरी आदित्य हा वैश्वानर आत्म्याचा चक्षू आहे. त्यामुळे आत्ता तुम्ही माझ्याकडे आला नसता तर तुमचा डोळा निकामी झाला असता, तुम्ही अंध झाला असता. थोडक्यात, तुमच्या या उपासनेतला अपुरेपणा तुम्हांला

न कळल्यामुळे ती विफल झाली असती.”

नंतर इंद्रद्युम्नाला अश्वपतीने विचारले, “हे व्याघ्रपदकुलोत्पन्न! तुम्ही वैश्वानर आत्म्याला कशा प्रकारे जाणता आणि कशा प्रकारे त्याची पूजा करता?”

“राजन्! मी वायुरूपाने त्याची पूजा करतो. माझ्या दृष्टीने वायू म्हणजेच तो वैश्वानर आत्मा होय.” इन्द्रद्युम्न उत्तरला.

“म्हणजे तुम्ही वैश्वानराच्या नानागती रूपाची उपासना करता, वेगवेगळ्या दिशांकडून येणाऱ्या भेटींचे आणि नाना रथांचे स्वामी होता. पण हा आत्मा वैश्वानर आत्म्याचा प्राण आहे. आत्ता इथे येऊन तुम्हांला हे कळले नसते तर उपासनेत अपुरेपणा राहून तुमचे प्राण कासावीस झाले असते.”

पुढे जन शार्कराक्ष्याला अश्वपतीने इतरांसारखा प्रश्न केला तेव्हा त्याने आकाशरूपी आत्म्याची उपासना करत असल्याचे सांगितले.

तेव्हा अश्वपतीने सांगितले, “आकाशरूप आत्मा हा वैश्वानर आत्म्याचा मध्यभाग आहे. आज तुम्ही इथे आला नसता तर तुमच्या उपासनेत अपुरेपणा राहिला असता आणि तुमच्या शरीराचा मध्यभाग निकामी झाला असता.”

त्यानंतर बुडिल अश्वतरीला अश्वपतीने प्रश्न केला तेव्हा “मी जलरूपी आत्म्याची उपासना करतो,” असे उत्तर त्यांनी दिले.

“अहो, तो तर संपद्रूपी आत्मा आहे. त्याच्या उपासनेमुळे तुम्हांला अन्न आणि प्रिय वस्तू विपुल प्रमाणात प्राप्त होतात आणि अध्ययनाची परंपरा तुमच्या कुळात अक्षुण्ण राहील. पण, हा आत्मा वैश्वानर आत्म्याचे मूत्राशय आहे. त्यामुळे आज तुम्ही इथे आला नसता तर या उपासनेतला अपुरेपणा न कळल्यामुळे तुमचे मूत्राशय निकामी झाले असते, म्हणजे उपासना विफल झाली असती.”

शेवटी राजाने आरुणींना विचारले, “गौतमा! आपण कोणत्या आत्म्याची उपासना करता?”

“पृथ्वीरूप आत्म्याची उपासना करतो.” आरुणी उत्तरले.

“पृथ्वी म्हणजे अधिष्ठान, प्रतिष्ठा किंवा आधार. वैश्वानर आत्म्याचे ते पाय होत. आज आपण इथे आला नसतात तर उपासनेतला अपुरेपणा न कळल्यामुळे आपण पंगु झाला असता. म्हणजेच, आपली उपासना निष्फळ झाली असती.” अश्वपती म्हणाला.

अश्वपतींच्या सूचक बोलण्यामुळे सारेच चकित झाले होते! त्यांच्यापैकी प्रत्येकालाच अश्वपती जे 'मस्तक तुटले असते', 'मूत्राशय निकामी झाले असते' असे भयंकर वाटेल असे बोलत होता, त्यामागचा सूचक अर्थ लक्षात आला होता. त्यांना कळले होते, की आपण ज्या वैश्वानर आत्म्याचे ज्ञान व्हावे म्हणून आलो होतो, ते ज्ञानच अश्वपती सहज आपल्याला देत होता.

'वैश्वानर' शब्दाचा अर्थच मुळी 'विश्व व्यापून राहणारा' असा आहे. वैश्वानर हे अग्नीचे नावही आहे. वैश्वानर आत्मा म्हणजे निष्कल असे परमात्मतत्त्व. परंतु आपण एक पुरुष म्हणून त्याचा विचार केला तर आपण ज्या द्युलोक, आदित्य, वायू, जल अशा विविध रूपांत त्याची उपासना करत होतो, ती केवळ त्याच्या एकेका अंशाची, अवयवाचीच उपासना होती; पूर्ण रूपाची उपासना नव्हती.

ते सारे असे आत्मपरीक्षणात मग्न असताना अश्वपती म्हणाला, "सुजनहो! तुम्ही सारे या वैश्वानर आत्म्याची वेगवेगळी अंगे जाणता. संपूर्ण वैश्वानर आत्मा तुम्हांला कळलेला नाही. द्युलोक हे मस्तक वगैरे आपण आता पाहिले. तसेच यज्ञीय वेदी हे त्याचे ऊर (छाती), दर्भ हे केस, गार्हपत्य अग्नी हे हृदय, अन्वाहार्य अग्नी हे मन, आणि आहवनीय अग्नी हे मुख आहे. त्यामुळे अग्निहोत्राच्या वेळी याला 'प्राणाय स्वाहा!', 'व्यानाय स्वाहा!', 'अपानाय स्वाहा!', 'समानाय स्वाहा!', 'उदानाय स्वाहा!' अशा क्रमाने आहुती दिल्या की याची आदित्यादी सर्व अंगे तृप्त होतात... समग्र वैश्वानर आत्मा तृप्त होतो; आणि आहुती देणारा प्रजा, पशु, तेज आणि अध्ययन यांनी संपन्न होतो. ही वैश्वानरविद्या जाणणाऱ्या विद्वानाची पापे अग्नीत टाकलेली मुंज गवताची काडी जळावी तशी भस्मसात होतात." अश्वपती बोलायचा थांबला.

सारे ऋषी आदराने त्याच्याकडे बघत राहिले... त्याचे बोलणे श्रद्धेने ऐकत राहिले. परमात्मतत्त्वाचं तेजस्वी, विशाल, सर्वगत स्वरूप त्यांच्या अंतःचक्षूंसमोर उभे होते. केवळ या सर्वांनाच अश्वपतीकडे न पाठवता आपणही त्यांच्याबरोबर आल्याचा खूप मोठा लाभ झाल्याचे समाधान आरुणींच्या चेहऱ्यावर उमटले होते.

मला ही कथा वाचताना सात आंधळे आणि हत्ती या कथेची आठवण झाली. सात आंधळे जसे त्यांच्या हाताला लागेल त्या अवयवालाच हत्ती मानत होते,

तशीच तर अवस्था होती, या कथेतील सा‌ऱ्या विद्वानांची! ते ज्याची वैश्वानर आत्मा म्हणून उपासना करत होते, ते सारे त्याचे अंश होते. ते सारे मिळून संपूर्ण वैश्वानर आत्मा होता, हे कथेतल्या डोळस शहाण्याप्रमाणे अश्वपतीने त्यांना समजावून दिले. त्यांचे अज्ञान सहज बोलण्यातून नाहीसे केले.

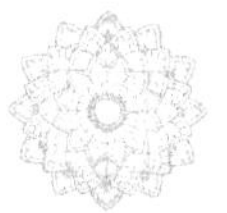

प्रयोगातून विज्ञान

छांदोग्य उपनिषदातली ही कथा आहे.

उद्दालक आरुणी हे एक विद्वान ऋषी. श्वेतकेतू हा त्यांचा किंचित बेफिकीर, बिनधास्त वृत्तीचा पुत्र. त्यामुळे आरुणींना एकदा त्याला 'वस ब्रह्मचर्यं।' (शिष्यभावाने गुरुगृही जा!) असा स्पष्ट आदेश द्यावा लागला.

आरुणींनी त्याला बजावले, "वत्सा, आपल्या कुळात कुणीही स्वतः अध्ययन न करता केवळ ब्राह्मण नातेवाईक आहेत, म्हणून आपल्याला ब्राह्मण म्हणवून घेत नाही बरे!"

तेव्हा तो श्वेतकेतू बाराव्या वर्षी गुरुगृही जाऊन १२ वर्षे वेदविद्या शिकून परतला. त्या वेळी तो स्वतःला महान मानणारा, शिष्ट, गर्विष्ठ, अहंमन्य झाला होता. त्याच्या देहबोलीतून ओसंडणारा अहंभाव जाणून आरुणींनी त्याला विचारले, "वत्सा, गुरुगृहातून परतल्यापासून तू थोडा अहंमन्य, शिष्ट आणि कुणाशीच काही न बोलणारा झालेला दिसतोस. जे ऐकले की ऐकायचे काही उरत नाही, जे कळले की काही कळायचे उरत नाही किंवा जे एकदा जाणले की जाणायचे काही उरत नाही, त्याबाबत तू तुझ्या गुरूंना काही विचारलेस का? किंबहुना तुझ्या गुरूंनी तुला असे काही सांगितले की नाही? थोडक्यात, जे कळले की सारे काही कळते, त्याबाबतीत तर्कही करता येतो आणि त्याबाबतचे निश्चित ज्ञानही होते, असा काही उपदेश तुझ्या गुरूंनी तुला केला का?"

"काय आणि कसा असतो तो उपदेश?" श्वेतकेतूने विचारले.

आरुणी म्हणाले, "वत्सा, जसा मातीचा गोळा एकदा कळला की त्यापासून तयार होणारी सारी खेळणी किंवा वस्तू कळतात. त्यांची फक्त नावे आणि रूपे (आकार) वेगळी दिसली तरी मुळाशी असते ती सारी मातीच! एक सोने कळले की त्यापासून तयार झालेले सारे अलंकार फक्त नाव आणि आकार यांमुळे वेगळे भासतात. मुळाशी असते सोनेच! तीच गोष्ट लोखंडाची. हा उपदेशही असाच असतो. एकदा तो गुरूंकडून केला गेला की त्याहून वेगळे काही जाणण्यासारखे काही उरतच नाही. या विश्वात असलेला तो एक आत्मा जाणला की सगळ्या विश्वात दिसतात ती त्याचीच वेगवेगळी नावे आणि रूपे... असतो सर्वत्र तोच."

श्वेतकेतूला हे सारे नवीन होते, त्यामुळे तो चकित झाला! त्याच्या मनात ते सारे समजून घेण्याची उत्सुकता वाढली. तो म्हणाला, "तात! माझ्या गुरूंना असे काही ज्ञान असेल असं वाटत नाही. त्यांना ते ठाऊक असते तर त्यांनी ते मला नक्कीच सांगितले असते. आता तुम्हीच मला ते सांगा."

श्वेतकेतूच्या मनात आपण जिज्ञासा निर्माण केली हे आरुणींना जाणवले आणि त्यांनी 'सांगेन वत्सा मी तुला!' असे आश्वासन पुत्राला दिले.

पुढे त्यांनी "एकमेव सत् तत्त्वच सृष्टीच्या आरंभी होते, मग त्याला एकटेपणाचा कंटाळा आला आणि त्याने इच्छा केली... 'मी अनेक व्हावे.' मग त्याने संकल्पाने तेज, आप, पृथ्वी अशी महाभूते निर्माण केली. त्या महाभूतांच्या व्यवहारांमधून विविध अन्न, प्राणी, देवता अशा गोष्टी निर्माण झाल्या." असे सविस्तर विवेचन केले.

अन्नपाण्याचे आयुष्यातील महत्त्व सांगताना श्वेतकेतूला त्यांनी एक प्रयोग करायला सांगितला. आरुणी म्हणाले, "वत्सा, हा जीव षोडशकला पुरुष आहे. उद्यापासून १५ दिवस तू अजिबात अन्नग्रहण करू नको. मात्र, पाणी यथेच्छ पी, म्हणजे तुझा जीव जाणार नाही."

श्वेतकेतूने आरुणींचा आदेश मानला आणि खरेच १५ दिवस तो अन्नग्रहण न करता राहिला. पंधरा दिवसांनी तो आरुणींकडे आला तेव्हा त्याने विचारले, "आज मी काय म्हणून दाखवू?"

"जे ऋक्, साम, यजुस् तुला येतात, त्या साऱ्यांचंच पठण कर!" आरुणींनी सांगितले.

श्वेतकेतूने पठणास आरंभ केला. पण त्याला काही म्हणजे काहीच आठवेना! त्याने आरुणींना तसे सांगितल्यावर आरुणी म्हणाले, "वत्सा, विपुल इंधनाने प्रज्ज्वलित झालेला अग्नी विझून गेल्यावर त्यात कुठेतरी राहिलेल्या लहानशा निखाऱ्याची धग अजिबात जाणवत नाही. तसेच झाले आहे हे! अन्नावर पोसलेली सारी ऊर्जा क्षीण होऊन एकच कला अवशिष्ट राहिली आहे. त्यामुळे तुला ते आठवत नाहीये. आता तू असं कर… जाऊन काहीतरी व्यवस्थित खा आणि परत ये! मग बघ… तुला आठवेल सारं काही! मी म्हणतो त्याची प्रचीती येईल तुला."

श्वेतकेतू भोजन करून आरुणींकडे परतला. मग त्याने आरुणींना पूर्ववत म्हणून दाखवले आणि त्यांनी विचारलेल्या प्रश्नांची उत्तरेही दिली. त्या वेळी आश्चर्य करणाऱ्या त्याला आरुणींनी सांगितले, "वत्सा, यात आश्चर्य वाटण्यासारखं खरंच काही नाही, विपुल इंधनाने प्रज्ज्वलित झालेला अग्नी विझून त्याची एखादी ठिणगी उरली असेल… आणि त्या ठिणगीवर गवताचा भारा टाकल्यावर तो जसा पेट घेतो, तशा धुगधुगी स्वरूपात उरलेल्या तुझ्या ऊर्जेच्या एका कलेला अन्न मिळाल्यावर ती कार्यरत झाली… आणि तुला वेद आठवले. अन्नाचा त्याग केला असलास तरी व्यवस्थित पाणी पीत राहिल्यामुळे तुझे प्राण कासावीस झाले नाहीत. थोडक्यात सांगायचे तर, मन किंवा स्मृती ही अन्नमय आणि प्राण आपोमय (जलमय) आहेत हेच खरे! अर्थात, हा सारा अनुभवण्याचाच विषय आहे. मी नुसते सांगून हे तुला कळले नसते. अन्नाचे मूळ जल, जलाचे मूळ तेज आणि तेजाचे मूळ ते 'सत् तत्त्व आहे आणि ते सत् तत्त्व तू आहेस, वत्सा!", आरुणी बोलत राहिले.

ते सूक्ष्म सत् तत्त्व कसे आहे हे श्वेतकेतूला कळावे म्हणून आरुणींनी पुन्हा त्याला सांगितले, "वत्सा, एक वटवृक्षाचे फळ आण."

श्वेतकेतूला आता वडिलांच्या सांगण्यात चांगलाच रस वाटायला लागला होता. तो लगेच ते फळ घेऊन आला. आरुणींनी त्याला ते फोडायला सांगितले आणि तसे त्याने ते फोडल्यावर विचारले, "यात तुला काय दिसते आहे?"

"अण्व्य इवेमा धाना भगव।" (बारीक-बारीक बिया आहेत यात, तात!) श्वेतकेतू उत्तरला.

"यातली एक बी फोड!", आरुणींनी आदेश दिला.

श्वेतकेतूने तसे केले.

"आता तुला यात काय दिसते?" आरुणींनी प्रश्न केला.

"यात तर काहीच दिसत नाही, तात!" श्वेतकेतू गोंधळून म्हणाला.

"जे सूक्ष्मतत्त्व तुला यात दिसत नाहीये, वत्सा, त्या सूक्ष्मतत्त्वातून विशाल वटवृक्ष निर्माण झालेला तू पाहतो आहेस, यावर विश्वास ठेव! उघड्या डोळ्यांना न दिसणारा हा सूक्ष्म आत्माच या भूतमात्रांचा निर्माता आहे आणि तो आत्मा तूच आहेस!" आरुणींच्या स्वरात आश्वस्त करणारा भाव होता.

श्वेतकेतूला अजूनही सोप्या प्रकारे हे जाणून घ्यावे असे वाटले.

तो म्हणाला, "तात! मला सविस्तर सांगाल हे?"

आरुणींनी होकार दिला आणि श्वेतकेतूला सांगितले, "वत्सा, हा मिठाचा खडा घे आणि पाण्यात टाकून ठेव. उद्या सकाळी माझ्याकडे ये!"

श्वेतकेतूने तसे केले. दुसऱ्या दिवशी तो आल्यावर आरुणींनी त्याला रात्री पाण्यात टाकलेले मीठ घेऊन येण्यास सांगितले. श्वेतकेतूने पाण्यात हात घालून पाहिले, पण मिठाचा खडा सापडला नाही. आरुणी म्हणाले, "जरी तो पाण्यात विरघळला असेल तरी त्या पाण्याची खालून, वरून आणि मध्यातून चव घे!"

श्वेतकेतूने तसे केले. आरुणींनी त्याला प्रत्येक वेळी 'पाणी कसे लागते आहे?' हे विचारले.

'खारट लागते आहे' असेच उत्तर श्वेतकेतूने दर वेळी दिले.

आरुणींनी त्याला ते पाणी टाकून देऊन आपल्याकडे येण्यास सांगितले. तसे करून तो आरुणींकडे आला आणि म्हणाला, "ते मीठ त्या पाण्यात नित्य आहेच."

तेव्हा आरुणी त्याला म्हणाले, "वत्सा, आत्ता जसे हे मीठ पाण्यात असूनही तुला दिसले नाही, तसेच या शरीरातील सत् तत्त्व किंवा आत्मतत्त्व शरीरात असते; पण दिसत नाही. मात्र, पाण्यात जशी मिठाची चव लागली, तसेच आत्मतत्त्वही शरीरात असल्याचा प्रत्यय अन्य प्रकारे, अनुमानाने येत असतो."

आरुणींनी करवून घेतलेल्या प्रयोगांमुळे श्वेतकेतूच्या मनात एकूणच या ज्ञानाबाबतची उत्सुकता वाढली. तो म्हणाला, "भगवन्! आपण मला हे पुन्हा सांगावे!"

तेव्हा आरुणी म्हणाले, "एखाद्या माणसाला डोळे बांधून गावातून रानात नेऊन सोडून दिले तर तो जसा दिशांचे भान न उरता सगळीकडे पळत राहतो आपल्या

स्थानाच्या शोधात! आणि मग कुण्या दयाळू माणसाने त्याचे डोळे सोडून त्याला त्याच्या घराची दिशा सांगितली की तो माणूस जसा स्वतःच्या स्थानी जाऊन पोहोचतो, तसेच योग्य गुरू भेटला की आपल्यालाही आत्मा कळतो."

आरुणी अतिशय आस्थेने मुलाकडून प्रयोग करवून घेत, त्याला विविध परिचित दृष्टान्त देत, त्याला आत्मज्ञान देत राहिले आणि श्वेतकेतूही आपला अहंभाव विसरून त्यांचं सांगणं ऐकत, अनुभवत राहिला.

शेवटी, practically दिलेलं ज्ञान / मिळालेलं ज्ञान आजही महत्त्वाचं वाटतंच ना!

नम्रतेचा लाभ

ही कथा आहे छांदोग्यातली आणि बृहदारण्यकातलीही! दोन्ही उपनिषदे प्रमुख दशोपनिषदांतली मोठी आणि महत्त्वपूर्ण उपनिषदे असून, दोहोंतही कथा आणि संवादही पुष्कळ आहेत. प्रस्तुत कथा दोन्हीकडे सारखीच असली तरी बृहदारण्यकातल्या कथेत मानवी स्वभावच्छटा अधिक नेमक्या दिसतात.

श्वेतकेतू हा आरुणीचा मुलगा. गुरुकुलात शिकून आल्यावरही खऱ्या अर्थाने ज्ञान न झालेला! मात्र, शिक्षणाने येणारा अहंकार, बेफिकीरी या दोन्हींचा रंग लागलेला! त्याची ती स्थिती जाणवल्यावर कर्तव्यदक्ष आरुणींनी त्याला प्रत्यक्ष प्रयोगातून ब्रह्मज्ञान होईल, अशी व्यवस्था केली. त्यामुळे श्वेतकेतूला ज्ञान मिळाले. मात्र, त्याचा मूळचा अहंमन्य स्वभाव पूर्ण गेला नव्हता.

अशातच एकदा तो पांचालांच्या परिषदेत गेला. तिथे प्रवहण जैवली नावाचा राजा आपल्या सेवकांकडून सेवा करून घेत बसलेला त्याला दिसला. आपण ज्ञानी असल्याच्या ताठ्यात श्वेतकेतूने काही प्रथम त्याच्याकडे लक्ष दिले नाही. प्रवहणाला मात्र श्वेतकेतूचा अहंमन्य स्वभाव ऐकून माहीत असावा, त्यामुळे त्यानेच आपणहून श्वेतकेतूला 'हे कुमारा!, हे कुमारा!' अशा हाका मारून बोलावले. त्यानेही आपल्या स्वभावानुसार नुसते हुंकार दिले. तेव्हा प्रवहणाने त्याला विचारले, "पित्याकडे तुझे शिक्षण झाले आहे ना?"

त्याच्या या प्रश्नावर "हो, हो झाले आहे माझे अध्ययन पूर्ण!" श्वेतकेतूने जरा तोऱ्यातच उत्तर दिले.

"मग सांग बरे, मृत्यूनंतर इथून जाणारे जीव वेगवेगळ्या मार्गांनी कुठे जातात? परत येतात ते कसे येतात? गेलेल्या जिवांनी हा लोक भरून कसा जात नाही? देवयान आणि पितृयान मार्गांनी गेलेले जीव कसे परततात? आणि पाचव्या आहुतीनंतर आप म्हणजे पाणी 'पुरुष' या संज्ञेला कसे पात्र ठरते?" प्रवहणाने एकामागोमाग एक असे पाच प्रश्न विचारले.

श्वेतकेतू त्यांपैकी एकाचेही उत्तर देऊ शकला नाही. एका क्षत्रियाने आपल्याला निरुत्तर करावे ही गोष्ट मुळातच त्याच्या अहंकाराला दुखावणारी होतीच! त्यात पुन्हा त्याने उत्तरे येत नसल्याचे स्पष्ट सांगितल्यावर प्रवहण त्याला पटकन म्हणाला, "पित्याने विद्या शिकवली म्हणतोस... आणि तरी तुला उत्तरे येत नाहीत मग कसले अध्ययन झाले रे तुझे?"

झाले... आधीच दुखावला गेलेला श्वेतकेतू संतापला. प्रवहण त्याला थांबवत असतानाही तो तडक पित्याकडे, आरुणींकडे निघून आला. प्रवहणावरचा राग पित्यावर काढत म्हणाला, "माझे अध्ययन पूर्ण झाल्याचे तुम्ही मला खोटेच सांगितलेत? का केलेत असे?"

आरुणींना कळेना अचानक असे काय झाले की हा मुलगा इतका चिडला! त्यांनी विचारले, "अरे, विद्वान मुला! काय झालं? तुझे अध्ययन तर पूर्ण झालेच आहे."

"पण मग, त्या स्वतःला क्षत्रिय म्हणवणाऱ्या प्रवहणाने मला निरुत्तर कसं काय केलं?" श्वेतकेतूचा स्वर रागामुळे थरथरत होता.

आपल्या मानी लेकाचा कुणीतरी चांगलाच अपमान केला आहे, हे आरुणींच्या लक्षात आले. त्यांनी विचारले, "निरुत्तर केलं म्हणजे? असे काय प्रश्न विचारले त्यांनी?"

श्वेतकेतूने प्रश्न सांगितले. त्या पाचही प्रश्नांची उत्तरे आरुणींनाही ठाऊक नव्हती, त्यामुळे ते म्हणाले, "वत्सा, त्याने विचारलेल्या एकाही प्रश्नाचे उत्तर मला ठाऊक नाही. मला ते सारे माहीत असते तर मी ते तुला नसते का शिकवले?"

श्वेतकेतू जाम वैतागला होता. आरुणी त्याला समजावणीच्या स्वरात म्हणाले, "चल, आपण दोघेही त्याच्याकडे जाऊ. त्याच्याकडून जाणून घेऊ सारे."

"तुम्हांला हवं तर तुम्ही जा. मी येणार नाही." श्वेतकेतू रागातच उत्तरला.

आरुणी तसेच उठून प्रवहणाकडे गेले. आरुणींसारख्या श्रोत्रिय विद्वानाला आलेले पाहून प्रवहणाने त्यांचा सत्कार केला. अर्घ्य, पाद्याऐवजी प्रवहणाने

आपल्या पुत्राला विचारलेल्या प्रश्नांची उत्तरे आपल्याला द्यावीत अशी इच्छा आरुणींनी व्यक्त केली.

"त्या तर दैवी गोष्टी आहेत, मानवी धन माग!" असे उत्तर प्रवहणाने दिले.

"तुला ठाऊक आहे, मानवी धन माझ्याकडे विपुल आहे. मी त्या प्रश्नांच्या उत्तरांसाठी तुझ्याकडे आलो आहे. तुझ्याकडे पुष्कळ ज्ञानरूपी धन असताना तू माझ्याबाबतीत कृपण होऊ नयेस!" आरुणी म्हणाले.

"तर मग तुम्हांला शास्त्रानुसार शिष्यभावाने माझ्याकडे त्यासाठी राहावं लागेल!" प्रवहणाने सांगितले.

"हा मी शिष्य म्हणून तुझ्याकडे आलो आहे." आरुणी क्षणाचाही विलंब न लावता म्हणाले. त्यांच्यासारख्या विद्वानाने नम्रपणे केवळ 'शाधि माम्' असे म्हणणेही त्या काळी पुरेसे असे. त्यासाठी वेगळी गुरुशुश्रूषा करण्याची आवश्यकता नसे.

आरुणी तिथे आपला मोठेपणा विसरून राहिल्यावर प्रवहण म्हणाला, "तुम्ही माझ्याकडे ही विद्या मागितली, त्याअर्थी ती यापूर्वी ब्राह्मणांकडे नव्हती, त्यांना सांगितली जात नव्हती, हे तुम्हांला ठाऊक नाहीसे दिसते. या विद्येमुळेच क्षत्रियांनी आजवर शासन केले. आज तुम्हांला मी प्रथमच ही विद्या देतो आहे, ती केवळ तुमच्यासारख्या विनम्र, ज्येष्ठ व्यक्तीला मी नकार कसा देणार... इतक्या महत्त्वपूर्ण विद्येबाबत म्हणून!"

यानंतर प्रवहणाने प्रसन्नपणे आणि अतिशय आस्थेने देवयान मार्ग, पितृयान मार्ग कोणते? तिकडे जीव कसे जातात? अशा सर्व प्रश्नांची सविस्तर उत्तरे दिली. आपले पूर्ण समाधान होईतोपर्यंत आरुणी तिथे राहिले. केवळ नम्रभावाने आणि गोड बोलण्यामुळे आजपर्यंत ठाऊक नसलेली विद्या त्यांनी मिळवली. आपल्या उच्चवर्णीयत्वाचा अभिमान बाजूला ठेवून दुसऱ्याच्या विद्वत्तेपुढे नम्र झाल्यामुळेच हे शक्य झाले.

संत म्हणतातच ना, 'नम्र झाला भूतां तेणे कोंडिले अनंता'

अन्नासाठी गायन

ही कथा आहे छांदोग्यातील.

उषस्ति चाक्रायण जसे दुष्काळी परिस्थितीत सापडल्यावर त्यांना त्यांच्या ज्ञानामुळे धन आणि मानही मिळाल्याची कथा या उपनिषदात आली आहे, तशीच ही कथा गायनकलेमुळे अन्न मिळाल्याची!

बक दाल्भ्य किंवा गाल्व नावाचे ऋषी एकांतात अध्ययन करण्यासाठी घरापासून बरेच लांब गेले. तिथे राहून अध्ययन करत असताना एक दिवस अचानकच एक मोठा पांढरा कुत्रा त्यांच्याजवळ येऊन बसला. त्याला पाहून इतर बरीच कुत्री त्याच्याभोवती जमली आणि ती त्याला म्हणाली, "भगवन्! आम्ही सारे भुकेलेलो आहोत. आमच्यासाठी तू गायन कर, म्हणजे देवता प्रसन्न होऊन अन्न देतील."

तो पांढरा मोठा कुत्रा त्या कुत्र्यांना म्हणाला, "उद्या सकाळी तुम्ही इथे या!" (कारण देवतांची स्तुती वा उद्गान सकाळीच करावे लागते) हे सारे ऐकणारे व त्यामुळे चकित झालेले बक दाल्भ्यदेखील दुसऱ्या दिवशी सकाळी तिथे उपस्थित झाले. ठरल्यानुसार ती सारी कुत्री तिथे हजर होती. पांढऱ्या कुत्र्याने सांगितल्यावर त्याने सांगितल्याप्रमाणे सर्व कुत्री सकाळी-सकाळीच एकमेकांजवळ उभी राहून भुंकू लागली. यज्ञकर्मात 'बहिष्पवमान' नामक सूक्त जसे यज्ञातील अध्वर्यू

यजमान वगैरे लोक एकमेकांचा हात धरून गोलाकार उभे राहतात व मंत्र म्हणतात, तशी ती कुत्री उभी राहून भुंकत होती.

ओंकारसदृश स्वराने आरंभ करून त्यांनी वरुण, प्रजापती, सविता इत्यादी देवतांनी आम्हांला अन्न द्यावे अशी प्रार्थनाच त्या कुत्र्यांनी केलेली बक दाल्भ्यांनी ऐकली. त्यांच्या मनात आले... कुत्र्यांच्या रूपात कुण्या ऋषींनी येऊन माझ्यासारख्या दूर एकांतात राहणाऱ्यांना अन्न मिळवण्याचा सोपा उपायच सुचवला असावा. कारण या गाण्यात आलेल्या तिन्ही देवता अन्ननिर्मितीच्या प्रक्रियेला साहाय्य करणाऱ्याच होत्या. दाल्भ्याना अन्नप्राप्तीचा उपाय सहज मिळाला होता!

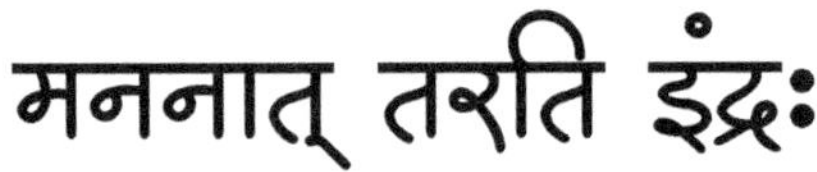

ही कथा आहे छांदोग्यातील.

एकदा प्रजापती बोलताना म्हणाला, "पाप, वार्धक्य, मृत्यू, हर्षशोकादी द्वंद्वांपासून जो वेगळा असतो, सत्यसंकल्प आणि सत्यकाम असतो, त्या आत्म्याचा शोध घ्यावा. जो ब्रह्मचर्य व्रताने आचार्यांकडून सशास्त्र आत्मज्ञान मिळवतो, त्याच्या सर्व इच्छा पूर्ण होतात."

देव आणि असुर दोघेही प्रजापतीची मुले. दोघांनीही प्रजापतीचे बोलणे ऐकले. त्यांना वाटले... 'आपणही हे आत्मज्ञान मिळवायला हवे... म्हणजे आपल्याला सर्व लोकांची प्राप्तीची होईल आणि आपल्या सर्व इच्छाही पूर्ण होतील!'

झाले... मनात यायचा अवकाश, की देवराज इंद्र आणि असुरराज विरोचन परस्परांविषयी ईर्ष्या बाळगत प्रजापतीकडे गेले. गेले मात्र नम्रपणे शिष्यभावाने!

दोघेही प्रजापतीकडे ३२ वर्षे ब्रह्मचर्य व्रताने राहिले, तेव्हा प्रजापतीने त्यांना विचारले, "तुम्ही दोघे कशासाठी इथे राहिला आहात?"

"सत्यसंकल्प आणि सत्यकाम अशा आत्म्याला जाणले की सर्व इच्छा पूर्ण होतात असे आपल्यासारख्यांकडून ऐकले. म्हणून त्याला जाणण्यासाठी आलो आहोत." दोघेही एकाच वेळी उत्तरले.

त्यांचा हेतू जाणून प्रजापतीने त्यांना सांगितले, "डोळ्यांत जो पुरुष दिसतो तोच आत्मा होय... तेच ब्रह्म होय."

इंद्र आणि विरोचन दोघांनी विचारले, "पाण्यात आणि आरशात ज्याचे प्रतिबिंब दिसते तो कोणता आत्मा?"

"मी जो डोळ्यांमधला पुरुष सांगितला तोच तो या सर्वांमध्ये दिसतो." प्रजापती उत्तरला आणि पुढे म्हणाला, "पाण्याने पूर्ण भरलेल्या पात्रात तुम्ही स्वतःला पाहा आणि आत्म्याविषयी तुम्हांला जे कळणार नाही ते मला विचारा."

दोघांनी पाण्याने भरलेल्या पात्रात स्वतःला पाहिले. प्रजापतीने त्यांना विचारले, "तुम्हांला काय दिसते आहे?"

"भगवन्! आम्ही आम्हांलाच पाहतो आहोत. आपादमस्तक नखशिखान्त आमचेच प्रतिबिंब आहे हे!"

मग प्रजापतीने सांगितले, "आता छान, भरजरी पोशाख आणि रत्नजडित अलंकार घालून पुन्हा पाण्याने पूर्ण भरलेल्या पात्रात स्वतःला पाहा."

दोघांनीही तसे केले.

"आता काय दिसतंय?" प्रजापतीने प्रश्न केला.

"अलंकारांनी आणि वस्त्रांनी सजलेल्या आम्हांलाच आम्ही पाहतो आहोत." दोघांनी उत्तर दिले.

प्रजापती म्हणाला, "हाच आत्मा, अमर, अभय असे हे ब्रह्म."

दोघांनी ते शांतपणे ऐकले आणि एकही प्रश्न किंवा शंका न विचारता ते निघून गेले. त्यांना तसे जाताना पाहून प्रजापती स्वतःशीच म्हणाला... 'आत्म्याचा लाभ न होताच, जराही मनन न करता जे परत जातील, ते देव असोत वा असुर, त्यांचा पराभवच होईल. म्हणजेच त्यांना आत्मज्ञान होणार नाही.'

विरोचन प्रजापतीकडून निघाला तो सरळ असुरांकडे गेला आणि त्याने असुरांना सांगितले, "हे शरीर हाच आत्मा आहे. तोच पूजनीय आहे." त्यामुळे स्वतःलाच महत्त्वपूर्ण मानून त्याची पूजा करणारा अतिशय प्रसिद्ध होतो, अशा विचाराने असुर वागू लागले.

इंद्र मात्र देवांकडे जायला निघाला तरी विचारात होता. अचानक त्याच्या मनात शंका आली... 'हा देह म्हणजे आत्मा कसा असेल? आत्मा न बदलणारा, अविकारी असतो आणि हा देह मी सजवला की सजतो... उत्तम वेष धारण केला की सुरेख दिसतो... पण मग, आंधळा असेल, त्याच्या नाकाडोळ्यांतून पाणी येत असेल, एखादा अवयव तुटला असेल तर याचे प्रतिबिंबही तसेच आंधळे वगैरे दिसणार! म्हणजेच हा मला हवा असणारा अभय, अमृत आत्मा नव्हे!'

तो तसाच मागे फिरला आणि प्रजापतीकडे आला. प्रजापतीने विचारले, "हे इंद्रा! विरोचनासह समाधानी होऊन गेलेलास ना तू? मग परत का आलास?"

"भगवन्! हे शरीर सजवले की सजवलेले दिसते आरशात. तसेच आंधळे, आजारी, अवयवरहित झाले तर तसे दिसते, मृत झाले तर आरशातही मृत दिसते. मला हवे असलेले, ऐकून ठाऊक असलेले ब्रह्म हे नव्हे! ते जाणून घ्यावे म्हणून परतलो मी." इंद्राने प्रांजळपणे सांगितले.

प्रजापतीने त्याला आणखी ३२ वर्षे आपल्याकडे ब्रह्मचर्य व्रताने राहायला सांगितले. तसा तो राहिल्यावर प्रजापती त्याला म्हणाला, "स्वप्नात जो पूजनीय दिसतो, तो आत्मा किंवा ते अभय, अमृत, ब्रह्म."

इंद्र काही न बोलता तिथून निघाला; पण पुन्हा विचार करताना साशंक झाला. त्याच्या मनात आले, 'हे ठीक आहे, की स्वप्नात दिसणारा देह मुळात आंधळा वा रोगी असला तरी स्वप्नात तो अंध किंवा रोगी नसतो. त्याला ते दोष लागत नाहीत. परंतु शस्त्राने ज्याला ठार मारता येत नाही, जो दुःखी होत नाही अशा आत्म्याला स्वप्नात लोक ठार मारताना, रडायला लावताना, पळायला लावताना दिसतात. म्हणजेच, प्रजापतीने सांगितलेले हे ब्रह्म मला ऐकून माहीत असलेले अचल, अभय, अव्यय, अशोक (शोकरहित) ब्रह्म नव्हे.'

तो परतला... प्रजापतीकडे आला. प्रजापतीने परतण्याचे कारण विचारल्यावर त्याने आपली शंका सांगितली, तेव्हा प्रजापती म्हणाला, "अजून ३२ वर्षे राहा इथे, सांगतो मी तुला!"

बत्तीस वर्षांनंतर प्रजापतीने सांगितले, "जिथे स्वप्नच पडत नाही, अशा गाढ झोपेतला आत्मा म्हणजे अभय, अमृत, ब्रह्म."

इंद्राला आता जरा बरे वाटले आणि तो निघाला देवलोकाकडे. पण परत त्याच्या चिकित्सक मनात आले... 'सुषुप्तावस्थेतील देहाला 'आपण कोण?' हीच जाणीव नसते किंवा या सर्व भोवतालच्या प्राणिमात्रांचेही भान नसते. जवळजवळ तो नष्टप्राय झालेला असतो. अशा वेळी तो अमृत, अभय, ब्रह्म कसा असेल?'

तो प्रजापतीकडे परतला. प्रजापतीने त्याचे म्हणणे ऐकून घेतले. त्याला जाणवले, 'हा खऱ्या अर्थाने ब्रह्म वा आत्मा जाणण्याची इच्छा करतो आहे.'

तो म्हणाला, "हे इंद्रा! अजून पाच वर्षे तू माझ्याकडे राहा!" त्यानुसार इंद्र पाच

वर्षे व्रतस्थ राहिला. एकूण १०१ वर्षे इंद्राने प्रजापतीकडे व्रतस्थ राहून मनन केले.

शेवटी प्रजापती म्हणाला, "इंद्रा! शरीर मर्त्य आहे, ते म्हणजे ब्रह्म नव्हे! ते त्या अविनाशी आत्म्याचे वा ब्रह्माचे अधिष्ठान आहे. शरीरात असेतोवर त्याच्या सुखदुःखांचा नाश होत नाही; पण शरीर सोडून गेल्यावर त्याला सुखदुःखांचा, चांगल्या-वाईट गोष्टींचा स्पर्शही होत नाही. जसा अशरीरी वायू, गरजणारी वीज हे श्रेष्ठ अशा तेजापर्यंत जाऊन स्वतःचे तेज प्रकट करतात, तसाच हा देहातील आत्मा श्रेष्ठ अशा तेजापर्यंत जाऊन आपली श्रेष्ठता प्रकट करतो. 'मी वास घ्यावा', 'मी ऐकावे', 'मी व्यवहार करावा' या सर्वांमधील जी जाणीव आहे ती जाणीव म्हणजे आत्मा किंवा ब्रह्म. चक्षु, नाक, वाणी ही इंद्रिये, ही साधने आहेत. या जाणिवेला जे शास्त्र आणि आचार्य यांच्या साहाय्याने जाणतात आणि तिची आत्मरूपाने उपासना करतात, त्यांना सर्व लोक प्राप्त होतात," प्रजापती सहजपणे सांगत राहिला.

इंद्रालाही त्याचे ते सांगणे हळूहळू; पण निश्चितपणे कळत गेले. अखेर खऱ्या अर्थाने समाधानी होऊन तो देवलोकी परतला.

खरी जिज्ञासा

ही कथा आहे छांदोग्यातली.

जानश्रुती हा जनश्रुती राजाचा पणतू. तो श्रद्धेने दान देणारा, अन्नवस्त्र देऊन प्रजेचे रक्षण करणारा होता. जिथे-जिथे लोक राहत असत त्या चारही दिशांना त्याने अन्नछत्रे सुरू केली... सर्वांना अन्न मिळावे म्हणून!

एके दिवशी काही (ऋषी) हंस (रूपात) रात्री जानश्रुतीच्या प्रासादाच्या सौधावर जमले. त्यांपैकी एक हंस घाईने पुढे जाणाऱ्या दुसऱ्याला म्हणाला, "हे मंददृष्टी भल्लाक्षा, या जनश्रुतीच्या नातवाच्या दानाचे देदीप्यमान तेज द्युलोकापर्यंत पसरले आहे. त्याला तुझा स्पर्श न होवो आणि ते तुला जाळून न टाको, याची काळजी घे!"

तो पुढचा हंस भल्लाक्ष यावर पटकन उद्गारला, "हा राजा अगदी सामान्य असताना तू त्याची सयुग्वा रैक्वासारखी स्तुती का करतो आहेस?"

"कोण आहे हा सयुग्वा रैक्व?" दुसऱ्या हंसाने विचारले.

"सयुग्वा म्हणजे दोन बैल जोडलेला गतिमान छकडा! रैक्व हा एक असा विद्वान होता, जो या छकड्याखालीच राहायचा. वेगळं घरही त्याने स्वतःसाठी बांधलं नव्हतं. फाशांच्या खेळात विजय मिळवून देणाऱ्या चारच्या फाशांमध्ये खालच्या दानाचे फासे अंतर्भूत होतात, त्याप्रमाणेच रैक्वाच्या राज्यातील लोकांनी केलेले पुण्य रैक्वाच्या पुण्यात भर घालत असे. त्यामुळे रैक्व हा अतिशय पुण्यवान आणि ज्ञानी राजा होता." भल्लाक्ष म्हणाला.

जानश्रुतीने हंसांचा हा सारा संवाद ऐकला. आपल्यापेक्षा दानी आणि कीर्तिमान असणारा रैक्व कोण? हा प्रश्न त्याला अस्वस्थ करत होता. झोपून उठल्यावर लगेच त्याने आपल्या शस्त्रधारी सेवकाला बोलावले व म्हणाला, "हंसाने ज्या सयुग्व रैक्वासारखे दानी असायला हवे, असे म्हटले त्या रैक्वाचा शोध लावायला हवा, तो कसा आहे, कुठे आहे, ते शोध!"

सेवकाने शोध घेतला; पण त्याला रैक्व सापडला नाही. जानश्रुतीला त्याने तसे सांगताच जानश्रुती त्याला म्हणाला, "जिथे ब्रह्मज्ञानी असतील तिथे शोध घे!"

अखेर एका गाडीखाली एक माणूस अंगावर उठलेले फोड खाजवत बसलेला सेवकाला आढळला. त्याच्या एकूण आविर्भावावरून तोच रैक्व असावा, असे वाटल्यामुळे तो सेवक त्याच्याजवळ जाऊन बसला. त्याने त्याला विचारले, "आर्य! आपणच मान्यवर रैक्व का?"

रैक्वाने एकदा सेवकाकडे मान उचलून पाहिले आणि आपण फार कुणी विशेष नसल्यासारखे, "हो, मीच रैक्व!" असे शांतपणे उत्तर दिले.

त्याच्या त्या सहजपणामुळे त्याला कसलीतरी अपेक्षा असावी आणि ती काही आपल्याकडून पूर्ण होऊ शकेल असे न वाटल्यामुळे त्याने आपल्याकडे फार लक्ष दिले नाही, असे सेवकाला वाटले. ते त्याने तसेच येऊन सांगितले.

जानश्रुती बऱ्याच साऱ्या भेटी, म्हणजे साधारण ६०० गायी, अश्वयुक्त रथ, हार वगैरे घेऊन तिकडे गेला आणि रैक्वाला म्हणाला, "भगवन्! मी आपल्यासाठी ६०० गायी, रथ, हार अशा भेटी घेऊन आलो आहे. मला आपण कोणत्या देवतेची उपासना करता, ते कृपाळूपणे सांगा!"

जानश्रुतीचे बोलणे ऐकून आणि त्याने आणलेली संपत्ती पाहून रैक्व म्हणाला, "हे मूर्खा! (वृथा शोक करणाऱ्या अडाणी माणसा!) तुझे ते रथ, हार, गायी वगैरे तुझ्याचकडे राहूदेत. मला काय करायचे?"

जानश्रुतीला वाटले, "आपण आणलेल्या या गोष्टी याला कमी वाटत असाव्यात म्हणून तो पुन्हा आणखी संपत्ती आणि दासदासी घेऊन आला आणि रैक्वाला म्हणाला, "हे सारे धन, पत्नी म्हणून ही कन्या, आणि एक गावही मी आपल्यासाठीच अर्पण करतो आहे. आपण प्रसन्न होऊन मला उपदेश करा!"

राजाने आणलेली अपार संपत्ती आणि कन्या, गाव या सगळ्या गोष्टींमधून

रैक्वाला त्याला असलेली ज्ञानाची तळमळ जाणवली. हव्या असणाऱ्या ज्ञानासाठी तो काहीही अगदी सर्वस्वदेखील दान करेल हे कळल्यामुळे तो आता कौतुकाने त्याला म्हणाला, "मूर्खा! तू हे जे सारे आणले आहेस त्यावरून आता तुला मी खरेच उपदेश करावा अशी तुझी इच्छा दिसते आहे! तेव्हा सांगतो तुला हवे ते!" मग रैक्वाने प्राण आणि वायू याविषयीचे सविस्तर विवेचन राजासाठी केले. राजाने त्याला भेट म्हणून अर्पण केलेले गाव पुढे 'रैक्वपर्ण' म्हणून प्रसिद्ध झाले.

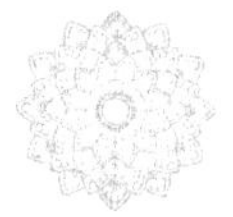

उमज आपली-आपली

बृहदारण्यक उपनिषदातली ही कथा आहे. बृहदारण्यक उपनिषद् हे दशोपनिषदांमधील शेवटचे, म्हणजे दहावे अतिशय महत्त्वाचे उपनिषद! शुक्ल यजुर्वेदाच्या मानल्या जाणाऱ्या या उपनिषदात अनेक बोधकथा आढळतात, त्या पैकीच ही एक.

प्रजापतीची तीन मुले देव, दानव आणि मानव. एकदा तिघेही पित्याकडून काहीतरी जाणून घ्यावे म्हणून प्रजापतीकडे आले. त्या काळी कुणाकडून काही ज्ञान मिळवायचे तर काही नियम पाळून, तसेच ज्यांच्याकडून काही मिळवायचे त्याची सेवा करत त्याच्याकडे राहावे लागत असे. तसे ते तिघे काही काळ प्रजापतीकडे राहिले.

एकदा प्रथम देव प्रजापतीला म्हणाले, "तात! आम्हांला काहीतरी उपयुक्त असा उपदेश करा!"

प्रजापतीने संमतिदर्शक मान हलवत तीनदा 'द द द' असा त्रिवार उच्चार केला आणि विचारले, "कळले का काही मी सांगितले ते?"

प्रजापतीची मुले त्याच्यासारखीच चाणाक्ष; त्यामुळे देवांनी तत्काळ होकार भरला.

प्रजापतीने विचारले, 'काय कळले नेमके?'

देवांनी उत्तर दिले, "दमन करा' असे तुम्ही आम्हांला सांगितले. कारण मुळात आम्ही अदान्त म्हणजे संयम नसलेले आहोत, त्यामुळे प्रगतीसाठी संयम

शिकण्याची आम्हांला गरज आहे.”

प्रजापती समाधानाने हसला.

त्यानंतर आले मानव. त्यांनीही देवांसारखीच विनंती केली. प्रजापती पुन्हा एकदा ‘द द द’ असेच म्हणाला आणि त्याने मानवांना विचारले, “कळले का काय ते?”

मानव म्हणाले, “हो कळले. तुम्ही आम्हांला ‘दान करा’ असा उपदेश केला कारण स्वभावतः आम्ही जरा स्वार्थी आहोत. दान करणं हे आमच्या हिताचं आहे.”

प्रजापतीला जाणवलं की, आपलं सांगणं योग्य प्रकारे पोहोचलं आहे.

त्यानंतर दानव आले. प्रजापतीने त्यांनाही ‘द द द’ हाच उपदेश केला आणि दानवांना विचारले, “तुम्हांला काय कळले?”

तेव्हा ते म्हणाले, “दयध्वम्’ असं तुम्ही सांगितलं. कारण आम्ही स्वभावतः क्रूर आहोत. दया करणे हे आमच्या प्रगतीसाठी उपकारक आहे, हे आम्हांला कळले.”

“योग्यच आहे… तुम्हांला कळले ते!” प्रजापती समाधानाने उत्तरला.

शेवटी उपदेशाचे शब्द सारखेच असले तरी त्यातला जो उपयुक्त अर्थ किंवा भाग तेवढाच प्रत्येकाला आपला वाटतो आणि तेवढाच त्याला पुरतोही!

ओंकारोपासनेचे महत्त्व

ही गोष्ट आहे छांदोग्य उपनिषदातली. प्रजापतीची दोन मुले देव आणि असुर. दोघांमध्ये वर्चस्वासाठी युद्ध सुरू झाले. देवांनी उद्गीथ किंवा ओंकार उपासना करून असुरांना पराभूत करण्याचा विचार केला आणि प्रथम वाणीच्या साहाय्याने ओंकारोपासनेला सुरुवात केली.

असुरांच्या लक्षात आलं की, अशा प्रकारे देवांची ओंकारोपासना सुरू राहिली तर आपला पराभव निश्चित आहे. म्हणून प्रथम त्यांनी वाणीवर आक्रमण करून तिला तमोगुणाच्या मदतीने अधर्मकारक विषयांकडे आकृष्ट केले. त्यामुळे आत्तापर्यंत फक्त ओंकारगान करणारी वाणी अधर्माचाही उद्घोष करू लागली आणि पापयुक्त झाल्यामुळे देवांचा प्रयत्न अयशस्वी झाला.

मग देवांनी नासिकेतील प्राणाच्या (श्वासाच्या) साहाय्याने ओंकारोपासनेला प्रारंभ केला. पण असुरांनी त्या प्राणावर आक्रमण करून त्यालाही पापयुक्त केले. त्यामुळे जो केवळ सुगंधाचा भोक्ता होता, तो प्राण दुर्गंधीही तितक्याच आवडीने घेऊ लागल्यामुळे देवांची उपासना पूर्ण होऊ शकली नाही.

मग देवांनी डोळ्यांच्या साहाय्याने उपासना करण्याचा विचार केला, तर असुरांनी डोळ्यांनाही अधर्मकारक गोष्टींकडे आकृष्ट करून पापयुक्त बनवले. डोळे त्यामुळे चांगल्या गोष्टींपेक्षा वाईट गोष्टी पाहण्यात अधिक रमले.

मग देवांनी कानांना उपासनेचे साधन बनवायचे ठरवले. तर, असुरांनी कानांनाही अधर्माची दीक्षा दिली. ते चांगल्या गोष्टींपेक्षा वाईट गोष्टी ऐकून पापयुक्त झाले.

मग संकल्पशक्तियुक्त मनाला साधन बनवायचा प्रयत्न देव करू लागले. तेव्हा मुळात चंचल असलेल्या मनाला असुरांनी चुकीच्या तऱ्हेने अधर्मकारक संकल्प करण्याकडे वळवून पापयुक्त केले.

इतक्या सगळ्या साधनांचा असुरांनी नाश केला, तरीही खचून न जाता देवांनी शेवटी मुख्य जो प्राण म्हणजे विश्वचेतना, त्याच्या साहाय्याने ओंकारोपासना सुरू केली.

'आत्तापर्यंत आपण देवांची सारीच साधने सहज निकामी केली आहेत, तसेच हेही करू.' अशा अहंकाराने असुरांनी प्राणावर आक्रमण केले. पण या वेळी त्यांचा अंदाज चुकला. अति आत्मविश्वास त्यांना नडला आणि त्या विश्वातल्या चैतन्यावर आक्रमण केल्यावर एखाद्या अभेद्य खडकावर आपटून मातीचे ढेकूळ फुटून जावे, तसे ते असुर नष्ट झाले. मुख्य प्राणाला ते पापाचरणी बनवू शकले नाहीत. उलट, त्या मुख्य प्राणाने आधी पापी बनलेल्या वाणी, डोळे, कान यांनाही पापमुक्त केले; आणि दाखवून दिले, की प्राणाच्या साहाय्याने ओंकारोपासना करणारा अभेद्य खडकाप्रमाणे निश्चल असतो, त्याचा नाश करण्याची इच्छा करणारा मातीच्या ढेकळाप्रमाणे नष्ट होतो!

पुढे अंगिरस, बृहस्पती आदी ऋषींनी याच प्राणाच्या साहाय्याने उपासना करून त्याचे योग्य ते फळही मिळवले.

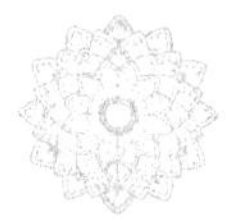

कथा मातेच्या मानाची!

ही कथा आहे ऐतरेय उपनिषदकर्त्यांविषयीची! ऐतरेय उपनिषद् हे दहा प्रमुख उपनिषदांपैकी नववे उपनिषद. ऋग्वेदाच्या शाकल शाखेचे मानल्या जाणाऱ्या 'आत्मषटक' हे विषयानुसार नाव असणाऱ्या या उपनिषदात एकही कथा नाही. मात्र, याचा कर्ता – महत्त्वाचा विचार देणाऱ्या एका कथेचा विषय आहे.

ऐतरेय महिदास किंवा महिदास असे याचे नाव. हा ऋषिपुत्र होता. या ऋषीच्या अनेक पत्नींपैकी इतरा ही एक. अन्यवर्णीय स्त्री असल्यामुळे 'इतरा' असे तिचे नाव असावे! ऋषीने तिच्याशी विवाह केला असला तरी तिला 'पत्नी' म्हणून फारसा मान तो देत नसे. तिने आपल्या पुत्राचे नाव आपल्या कुलदेवतेच्या, पृथ्वीच्या नावावरून 'महिदास' असे ठेवले होते.

एकदा या महिदासाला त्याच्या पित्याने इतर पुत्रांसमोर आणि समाजासमोरही अपमानित केले. मानी महिदास चिडून, दुःखी होऊन मातेकडे आला. पुत्राचा अपमान मातेला सहन झाला नाही. तिने महिदासाला घेऊन ऋषीचा आश्रम सोडला आणि ती कुलदेवता असणाऱ्या भूमातेला शरण गेली. भूमातेने तिला धीर दिला आणि महिदासाला उत्तम विद्याप्राप्तीचा वर दिला. तिच्या आणि इतरेच्या प्रेरणेने आणि प्रोत्साहनामुळे इतरेचा पुत्र महिदास विद्यापारंगत झाला, श्रोत्रिय झाला.

त्याने तत्त्वज्ञानविषयक ग्रंथ लिहिला. त्या ग्रंथाला नाव देण्याचा विषय आला तेव्हा त्याने स्पष्ट सांगितले, "मी इतरेचा पुत्र म्हणून ऐतर... आणि हे माझे लेखन

म्हणून हे ऐतरेय उपनिषद." आपल्या मातेने दिलेल्या प्रोत्साहनाचा आणि तिने त्यासाठी घेतलेल्या कष्टाचा मान महिदासाने अशा प्रकारे राखला. भूमातेच्या त्याच्यावरील कृपेची खूण म्हणून ऐतरेय उपनिषदकर्त्यांचे नावही 'ऐतरेय महिदास' असेच पुढच्या काळात रूढ झाले. जन्मदात्या विद्वान ऋषीच्या नावाविषयी मात्र मतभेद राहिले.

ऐतरेयाचा उल्लेख पुढे छांदोग्य उपनिषदात (३.१६.७) उपासनेने ११६ वर्षांचे दीर्घायुष्य लाभलेला म्हणून येतो.

 आत्मनस्तु कामाय

ही कथा आहे बृहदारण्यक उपनिषदातली. बृहदारण्यक उपनिषद् हे प्रमुख दशोपनिषदांतील शेवटचे आणि नावाप्रमाणेच बृहत् म्हणजे मोठे उपनिषद. सहा अध्यायांच्या या उपनिषदात दोनदा ही कथा आलेली दिसते. दुसऱ्या अध्यायाच्या चौथ्या ब्राह्मणात आणि चौथ्या अध्यायाच्या पाचव्या ब्राह्मणात ती वाचायला मिळते.

याज्ञवल्क्य हे उपनिषद् काळातील विद्वान ऋषी. त्यांना मैत्रेयी आणि कात्यायनी अशा दोन पत्नी होत्या. मैत्रेयी ब्रह्मवादिनी म्हणून प्रसिद्ध आणि कात्यायनी याज्ञवल्क्यांच्या आश्रमाची, गुरुकुलाची संपूर्ण जबाबदारी घेणारी कुटुंबवत्सल स्त्री होती.

एकदा याज्ञवल्क्यांनी मैत्रेयीला बोलावून सांगितले, "मैत्रेयी, मी आता पुढच्या आश्रमात म्हणजेच संन्यासाश्रमात प्रवेश करणार आहे. त्यामुळे जाण्यापूर्वी माझी संपत्ती मी या कात्यायनीला आणि तुला वाटून देऊ इच्छितो."

"आर्य! तुम्ही देणार असलेल्या या संपत्तीने युक्त सारी पृथ्वी माझी झाली तर त्यामुळे मी 'अमृत' होईन का? मला अमृतत्व मिळेल का?" मैत्रेयीने विचारले.

"नाही मैत्रेयी, सर्व प्रकारच्या भोगसामग्रींनी संपन्न माणसांचं आयुष्य जसं असतं तसंच तुझंही होईल. धनामुळे कधी मोक्ष मिळेल अशी शक्यताच नाही!" याज्ञवल्क्यांनी उत्तर दिले.

"जर त्यामुळे मला अमृतत्व मिळणार नसेल तर अशी संपत्ती घेऊन मी काय करू, आर्य? तुम्ही आपले अमृतत्वाविषयी तुम्हांला जेवढे ठाऊक असेल तेवढे सांगा." मैत्रेयी म्हणाली.

"धन्य आहेस तू, मैत्रेयी! आधीपासून मला तू प्रिय होतीस आणि आता तर तू अधिक प्रिय वाटावीस अशा प्रकारे माझ्या आवडत्या गोष्टीविषयी प्रश्न विचारला आहेस. ये बस अशी! मी तुला ती गोष्ट समजावून सांगतो. मग तूही त्याबाबत चिंतन कर." याज्ञवल्क्य प्रसन्नपणे म्हणाले.

ते पुढे म्हणाले, "आर्ये! पतीला पत्नी आणि पत्नीला पती आवडतो; ते, ते दोघे चांगले किंवा सुस्वभावी, सद्गुणी असतात म्हणून नव्हे, तर यांना स्वतःला ते पटलेले किंवा आवडलेले असतात म्हणून... प्रिय वाटतात म्हणून! म्हणजे तू मला प्रिय आहेस ती 'तू चांगली आहेस' यापेक्षाही 'माझ्या मनाला तू आवडतेस' म्हणून! आपल्याला आपली मुलंबाळं प्रिय असतात; ती, ती गुणी असतात म्हणून नव्हे, तर आपल्या मनाला त्यांचे गुण भावतात म्हणून! संपत्ती माणसांना प्रिय असते हे खरे; पण तीदेखील ज्याला-त्याला ज्या रूपात भावते त्या रूपात ती ते जवळ बाळगतात. हीच गोष्ट आपल्या भवतालच्या माणसांबद्दल खरी आहे, राजांबद्दलही खरी आहे आणि देवांबाबतही खरी आहे.

आपल्या भोवतालची माणसं खूप चांगली असली तरी सर्वांनाच आपण प्रिय मानू शकत नाही, काहींनाच 'मित्र' म्हणू शकतो आपण. देव तर सगळेच महान; पण तरीही सर्वच देवांना आपण 'इष्ट देव' म्हणून स्वीकारू शकत नाही. ज्याला जो देव मनापासून आवडतो त्याला तोच प्रिय वाटतो. थोडक्यात, 'आत्मनस्तु कामाय' आपल्या आत्म्याला – स्वतःला जे भावते तेच प्रिय होते. हा जो असा आपला आत्मा आहे ना, मैत्रेयी, तोच जाणून घेतला पाहिजे. तो दर्शनीय, श्रवणीय, मननीय आणि निदिध्यास घ्यावा असा आहे. एकदा त्याला पाहिले, त्याच्याविषयी ऐकले, त्याचे चिंतन केले की हे सारे जग जाणता येते. ब्राह्मण-क्षत्रियादी वर्णांना त्याच्याहून वेगळे काढले तर ते असे वेगळे काढणाऱ्याचा त्याग करतील; त्यामुळे जे-जे वर्ण, पंथ इत्यादी आहेत ते सारे आत्मरूपच आहेत, हे लक्षात घ्यायला हवे."

याज्ञवल्क्य मैत्रेयीला विषय सोपा करून सांगण्याचा प्रयत्न करत होते. या जगात ज्या-ज्या स्थूल, सूक्ष्म गोष्टी आहेत त्या साऱ्या आत्मरूपच आहेत. पण

मग, एवढ्या पसाऱ्यात ते जाणायचे कसे? किंवा कसे जाणता येते? असा प्रश्न पडला तर... म्हणून याज्ञवल्क्यांनी तीन दृष्टान्त दिले, "दुंदुभीतून बाहेर पडणारे सारे स्वर प्रत्यक्ष पकडता येत नाहीत, शंखामधून पसरणारे सारेच नाद जाणता येत नाहीत, वीणेच्या बाबतीतही हेच घडते. मात्र, ती एक दुंदुभी, शंख आणि वीणाच हाती आली तर तिच्यातून येणारे स्वर, नाद, सूर सारेच हाती येतात. तसंच एक आत्मा कळला की त्याचे सारे स्थूल, सूक्ष्म आविष्कारही कळतात. स्वर वेगवेगळे, वाद्य एकच! जीव वेगवेगळे आत्मा एकच!" मैत्रेयीला हे सारे विवेचन रंजक वाटत होते.

याज्ञवल्क्य सांगत होते... "ओलसर इंधनामुळे प्रज्ज्वलित झालेल्या धूम्रयुक्त अग्नीतून जसे वेगवेगळे धुराचे लोट उठतात, तसे ऋग्वेद, यजुर्वेद, सामवेद, इतिहास, पुराणे हे सारे त्या आत्म्याचे निःश्वास आहेत. सर्व जलप्रवाहांचे एकमेव गन्तव्य जसे समुद्र, सर्व स्पर्शांचे जसे त्वचा, सर्व गंधांचे आश्रयस्थान जसे नाक, सर्व विद्यांचे अधिष्ठान जसे हृदय, सर्व वेदांचे अधिष्ठान जशी वाणीच, तसा सर्वांचा आधारभूत हा आत्माच होय. जसा मिठाचा खडा एकदा पाण्यात टाकला की तो पाण्यात विरघळतो, त्याला त्यातून पूर्ववत बाहेर काढणे शक्य होत नाही. मात्र, ते पाणी कुठूनही - खालून, मध्यातून किंवा वरून काढून पाहिले तरी ते खारट लागते, तसा आत्मादेखील कोठेही, कुठूनही चैतन्यमय, विज्ञानघनच असतो. मात्र, या प्राणिमात्रांच्या उपाधीमुळे तो त्यांच्याचबरोबर निर्माण होतो आणि त्यांच्याबरोबरच विलीन होतो, देहातून बाहेर पडल्यावर त्याची विशेष वेगळी ओळख उरत नाही."

याज्ञवल्क्यांचं बोलणं बारकाईने ऐकणारी मैत्रेयी म्हणाली, "देहपातानंतर त्याची विशेष ओळख उरत नाही, असं म्हणून तुम्ही मला संभ्रमात टाकत आहात, आर्य!"

"नाही मैत्रेयी, मी त्याच्या उपाधियुक्त स्वरूपाच्या नाशाविषयी बोललो. खऱ्या अर्थाने आत्मा 'अनुच्छित्तीधर्मा' म्हणजे अविनाशीच आहे. देहभावाने युक्त आत्म्याला आकार-उकार-रूप सारे असते, त्यामुळेच त्याला विशिष्ट नाव, विशिष्ट ओळख असते. देहपातानंतर ती नामरूपादी ओळख नाहीशी होते. मात्र, त्याचे मूळ चैतन्यरूप नाहीसे होत नाही. जसा मिठाच्या खड्याचा आकार नाहीसा झाला की त्याची 'मिठाचा खडा' ही ओळख संपते; पण त्याचा खारटपणा हा स्वभाव, मूळ रूप पाण्यातही कायम असतं. पाहणे, स्पर्श करणे, ऐकणे या सगळ्या गोष्टी

दोन व्यक्ती, दोन वस्तू जिथे असतात, द्वैत असते तिथेच शक्य असतात ना, मैत्रेयी! पण, जिथे एका आत्म्याशिवाय दुसरे कुणी अस्तित्वातच नाही, तिथे मग त्याला कोण जाणू किंवा ओळखू शकणार... सांग बरे! ही सर्वत्र आत्मतत्त्वच असण्याची जी जाणीव हे अमृतत्व आहे." याज्ञवल्क्य बोलायचे थांबले. त्यांना जाणवले, आपले बोलणे पत्नीला कळले आहे. मैत्रेयीही आपल्या ब्रह्मझ पतीकडून एखादी अमूल्य भेट मिळाल्यासारखी सुखावली!

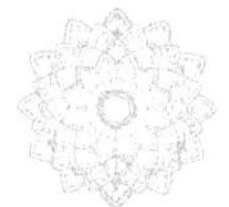

ब्रह्मज्ञानी याज्ञवल्क्य

ही कथा आहे बृहदारण्यकामधली. या उपनिषदात प्रमुख व्यक्ती आहे, ऋषी याज्ञवल्क्य, जो शुक्ल यजुर्वेदाचा निर्माता म्हणून प्रसिद्ध आहे. याज्ञवल्क्याशी झालेले विविध विद्वानांचे वाद, चर्चा हा या उपनिषदाचा प्रमुख विषय आहे.

विदेहराज जनक हा उपनिषद् काळातील एक प्रखर ब्रह्मजिज्ञासा असणारा राजा. या राजाला आपल्या सभेत वेगवेगळ्या विद्वानांना बोलावून तत्त्वचर्चा घडवण्याची फार हौस होती.

असेच एकदा त्याने विद्वानांना पुष्कळ दक्षिणा देऊन मोठा यज्ञ केला. यानिमित्ताने कुरू, पांचाल देशातले पुष्कळ विद्वान एकत्र जमले होते. अचानक जनकाला अशी तीव्र इच्छा झाली, की या सर्व विद्वानांमध्ये 'अनूचानतम' (श्रेष्ठ ब्रह्मज्ञानी कोण आहे?) हे जाणून घ्यावे म्हणून त्याने सर्वांना सभेत एकत्र बोलावले आणि त्यांच्यासमोर सहस्र गायी त्यांच्या शिंगांना दहा-दहा सुवर्णमुद्रांच्या थैल्या बांधलेल्या स्वरूपात आणवल्या. मग सर्वांना संबोधत जनक राजा म्हणाला, "मान्यवरहो! आपण सारेच ब्रह्मनिष्ठ, ब्रह्मज्ञ विद्वान आहात. तेव्हा आपल्यामध्ये जो ब्रह्मवेत्ता असेल त्याने या गायी घेऊन जाव्या."

राजा जनकाची विद्वत्ता तिथे जमलेल्या सर्व विद्वानांना ठाऊक होती. त्यामुळे त्याच्यासमोर सहजपणे स्वतःला 'ब्रह्मज्ञ' म्हणवून त्या गायी नेण्याचे धाडस कुणी करेना. सारेच नुसते चुळबुळत असताना अचानक सभेत असणाऱ्या याज्ञवल्क्यांनी

पुढे होऊन आपला शिष्य सामश्रवा याला आज्ञा केली, "वत्सा सामश्रवा! या गायी आपल्या आश्रमाकडे घेऊन चल!"

सामश्रवा तत्परतेने पुढे झाला. याज्ञवल्क्यांचा धीरगंभीर स्वर सर्व विद्वानांना अस्वस्थ करून गेला. आत्तापर्यंत चुळबुळत असणारे विद्वान क्रुद्ध झाले. 'आमच्या सर्वांत हा याज्ञवल्क्यच ब्रह्मज्ञानी का?' हा प्रश्न सर्वांच्याच ओठांवर होता, पण जनकाच्या यज्ञाचे होते (अध्वर्यु) अश्वल यांनी 'याज्ञवल्क्याऽऽ' अशी दीर्घ स्वरात हाक मारून आपली नाराजी व्यक्त केली आणि प्रश्न केला, "आम्हां सर्वांमध्ये केवळ आपणच ब्रह्मज्ञ का?" त्यांच्या रूक्ष स्वरातून आणि अस्थिर देहबोलीतून त्यांची आणि समस्त विद्वज्जनांची नाराजी याज्ञवल्क्यांना कळली.

ते गंभीरपणे हात जोडून म्हणाले, "जो कुणी ब्रह्मज्ञ असेल त्याला मी वंदन करतो! आमच्या आश्रमात फक्त या गायींची आवश्यकता आहे."

अश्वलांनी त्यांना रोखण्यासाठी यज्ञविषयक विविध प्रश्न – उदाहरणार्थ, 'यजमान मृत्यूपलीकडे कोणत्या साधनाने जातो?', 'किती आणि कोणत्या ऋचांनी होता यज्ञ करतो?' वगैरे – याज्ञवल्क्यांना विचारले. याज्ञवल्क्यांनी त्यांची अचूक उत्तरे दिली. मग अश्वल थांबले.

त्यानंतर आर्तभागांनी ग्रह, अतिग्रहांविषयी प्रश्न विचारले. याज्ञवल्क्यांनी 'ग्रह' म्हणजे 'ग्रहण करणारे' असा अर्थ घेऊन सर्व इंद्रिये हे ग्रह आहेत, असे सांगून त्यांचे विषय आणि साधनेही सांगितली. उदाहरणार्थ, जिह्वा हा ग्रह तर 'रस' हा अतिग्रह इत्यादी.

त्यानंतर आर्तभागांनी एक सूक्ष्मज्ञानविषयक प्रश्न विचारला, ज्याची चर्चा सर्वांसमोर होणे इष्ट नव्हते. तेव्हाही याज्ञवल्क्यांनी टाळाटाळ न करता आर्तभागांजवळ जाऊन त्यांचा हात हातात घेऊन 'याची चर्चा आपण दोघेच करू' असे सांगून त्यांना स्वतंत्रपणे उत्तर दिले.

त्यानंतर भुज्यु लाह्यायनी, उषस्ति चाक्रायण, कहोळ या ऋषींनी आत्मस्वरूपाविषयी विविध प्रश्न विचारले. याज्ञवल्क्यांनी त्यांना सविस्तर उत्तरे दिली. आणि त्यांचे समाधान केले.

यानंतर वाचक्नवी– वचक्नुची मुलगी गार्गी, जी त्या काळी 'ब्रह्मवादिनी' म्हणून (ब्रह्मतत्त्वचर्चा करणारी विदुषी) म्हणून प्रसिद्ध होती, तिने याज्ञवल्क्यांची

परीक्षा घेतली. वरवर पाहता तिचे प्रश्न अतिशय सामान्य वाटले तरी त्यांना विशेष अर्थ होता. तिने विचारले, "हे जे सारे दिसते आहे ते जर जलात ओतप्रोत, तर जल कशात ओतप्रोत?"

याज्ञवल्क्यांनी उत्तर दिले, "वायूमध्ये."

"वायू कशात ओतप्रोत?" तिचा प्रश्न.

"अंतरिक्षात." याज्ञवल्क्य उत्तरले.

अशी प्रश्नोत्तरे होत राहिली. गार्गीने "ब्रह्म लोक कशात ओतप्रोत?" असा प्रश्न विचारताच याज्ञवल्क्यांनी तिला थांबवले आणि "मा अतिप्राक्षीः।" (अधिक प्रश्न विचारू नकोस, तुझा नाश होईल, असे बजावले.) गार्गी थांबली.

याचे रहस्य असे होते की, खरेच ज्याविषयी अधिक प्रश्न विचारणे योग्य नाही त्याबाबत गार्गीने प्रश्न विचारला होता. एखादी गोष्ट एखाद्या ठिकाणी ओतप्रोत असणे म्हणजे त्याला व्यापून असणे. 'ओतप्रोत'चा शब्दशः अर्थ आहे – 'उभे आणि आडवे'. 'माती घटात ओतप्रोत आहे' किंवा 'कापूस वस्त्रात ओतप्रोत आहे' म्हणताना माती हे घटाचे किंवा कापूस हे वस्त्राचे कारण त्याला पूर्णपणे व्यापून असते. इथे ब्रह्म हे सगळ्यांचेच मूळ कारण; त्यामुळे त्याविषयी बोलणे शब्दांत मावणारे नाही, म्हणून याज्ञवल्क्यांनी गार्गीला थांबवले आणि तीही थांबली.

यानंतर उद्दालक आरुणींनी एक जुना दृष्टान्त देऊन "ते परमात्मतत्त्व आणि ते जाणण्याचे सूत्र मी जाणतो. तुला ते ठाऊक आहे का? असल्यास ते तू मला सविस्तर सांग! तसे न करता ब्रह्मवेत्त्याकरिता ठेवलेल्या गायी नेल्यास तर मस्तक गळून/तुटून पडेल तुझे!" असे याज्ञवल्क्यांना कडक शब्दांत ऐकवले.

त्यावर "वेद वा अहं गौतम, तत्सूत्रं तं च अन्तर्यामिणम्" असे याज्ञवल्क्यांनी सहजपणे सांगितले आणि मग त्याबाबत सविस्तर विवेचन केले. आरुणींचे समाधान झाले.

तेवढ्यात पुन्हा गार्गी उठली. इतके विद्वान सभेत असूनही एकालाही याज्ञवल्क्यांना निरुत्तर करता येऊ नये, याचा खेद कुठेतरी तिच्या मनात असावा. तिने याज्ञवल्क्यांकडे दोन प्रश्न विचारण्याची अनुमती मागितली. इतर विद्वानांना तिने सांगितले, "माझ्या या प्रश्नांची उत्तरे याज्ञवल्क्य देतील तर मग तुम्हां कुणालाही त्यांना जिंकणे शक्य होणार नाही."

याज्ञवल्क्यांनी तिला संमती दिली. ती म्हणाली, "हे याज्ञवल्क्या! काशी किंवा विदेहनगरीतला एखादा वीरपुत्र धनुष्यावर प्रत्यंचा चढवून, हाती शत्रूला त्रास देणारे दोन बाण घेऊन उभा राहावा, तशी मी दोन प्रश्न घेऊन तुमच्यासमोर उभी आहे. तुम्ही त्यांची उत्तरे द्या!"

याज्ञवल्क्य म्हणाले, "विचार, गार्गी!" त्यांना गार्गीचा लढाऊ पवित्रा आवडला. काशी आणि विदेह ही दोन ज्येष्ठ आध्यात्मिक केंद्रे होती. त्यांचा उल्लेख करून बोलताना त्या ठिकाणचे कुणीही आपल्याला निरुत्तर करू शकत नाही, ही गोष्ट तिला अस्वस्थ करते आहे. त्यामुळेच ती पुन्हा प्रश्न घेऊन मोठ्या आत्मविश्वासाने आपल्यासमोर उभी आहे याचे त्यांना कौतुक वाटले!

गार्गीने "भूत, भविष्य, वर्तमान कशात ओतप्रोत आहेत?" असा प्रश्न विचारला. त्याचे उत्तर "आकाशात." असे याज्ञवल्क्यांनी दिले आणि त्याचे विवेचनही केले.

गार्गीला ते समाधान देणारे होते. मग गार्गीने विचारले, "आकाशात काय ओतप्रोत आहे?"

यावर याज्ञवल्क्य म्हणाले, "गार्गी, ते अक्षरतत्त्व आहे, म्हणजे विद्वान त्याला 'अक्षर' म्हणतात. ते स्थूल नाही, सूक्ष्म नाही, दीर्घ नाही, छाया नाही, त्याच्याबाहेर काहीही नाही... ते सर्वव्यापी आहे. या अक्षराला जो जाणतो तो ब्रह्मज्ञानी होय."

गार्गीने ते विस्तृत विवेचन ऐकले मात्र, ती याज्ञवल्क्यांच्या तेजाने भारावली. तिने त्यांना वंदन केले आणि अन्य विद्वानांनाही सांगितले, "तदेव बहु मन्येध्वं यद् अस्मान् नमस्कारेण मुच्येध्वम्।" (यांना केवळ वंदन करूनही आपल्याला मुक्त होता आले तरी खूप झाले, असे माना. तुमच्यापैकी कुणीही यांना जिंकू शकत नाही.)

अर्थात, गार्गीने सांगितलेले सर्वांना पटले असे नाही. म्हणून शाकल्य याज्ञवल्क्यांशी वाद घालण्यास सरसावले. त्यांनी "देवगण किती?" असा प्रश्न विचारला. त्याचे उत्तर याज्ञवल्क्यांनी दिल्यावर त्या देवांचे प्रकार, नावे इत्यादी तपशील त्यांनी विचारले. याज्ञवल्क्यांनी ११ रुद्र, १२ आदित्य, आठ वसु असे सांगून त्यांची नावेही दिली. तरीही, शाकल्य वेगवेगळ्या दिशांच्या देवता, त्या कशात प्रतिष्ठित, असे प्रश्न विचारतच राहिले.

नंतरनंतर तर केवळ याज्ञवल्क्यांना टोकण्यासाठीच केवळ आधी विचारलेले प्रश्नही ते विचारू लागले तेव्हा याज्ञवल्क्यांनी त्यांना "विस्मरण म्हणजे एका अर्थी मृत होणे आहे... आणि असे जर विसरू लागलात तर तुमची मृतासारखी दुर्दशा होईल!" असा इशाराही याज्ञवल्क्यांनी त्यांना दिला. तरीही, तिकडे लक्ष न देता शाकल्यांनी "आत्मा कशात प्रतिष्ठित?" हा विचारू नये तो प्रश्न विचारला.

मग त्याला उत्तर देताना याज्ञवल्क्यांनी त्यांना उपाधीरहित पुरुषाविषयी म्हणजेच परमात्मस्वरूपाबाबत एक प्रतिप्रश्न केला आणि त्याचे उत्तर त्यांनी न दिल्यास त्यांचे मस्तक तुटून पडेल असा शाप दिला.

शाकल्य ते उत्तर देऊ न शकल्यामुळे त्यांचे मस्तक खरेच तुटून पडले आणि त्याहून वाईट हे की, त्यांच्या अस्थी वेगळेच काही धन वगैरे असल्यासारखे वाटून चोरीला गेल्या!

हा सारा प्रकार जनकासमोरच घडला. सर्व विद्वानांनाही अहंकाराचे फळ किती भयंकर मिळू शकते, हे कळले. यानंतर याज्ञवल्क्यांनीच खूप वेगवेगळे प्रश्न विचारले आणि त्यांची उत्तरेही स्वतःच दिली.

पुढे दुसऱ्या दिवशीही याज्ञवल्क्य सभेत आलेले दिसताच जनकाने त्यांना विचारले, "गोधनासाठी आलात की ज्ञानचर्चा ऐकायला?"

"दोन्ही हेतूंनी आलो आहे." याज्ञवल्क्य प्रांजळपणे उत्तरले.

प्रत्यक्षात मात्र त्यांनी जनकाच्या खूप प्रश्नांना खूप सविस्तर उत्तरे दिली. ती उत्तरे ऐकून खूश झालेल्या जनकाने लगेच सहस्र गायी देण्याची तयारी दाखवल्यावर तेच याज्ञवल्क्य म्हणाले, "राजन्! पिता मेऽमन्यत नाननुशिष्य हरेतेति." (माझ्या पित्याने सांगितले होते, शिष्याला उपदेश करून कृतार्थ केल्याशिवाय त्याच्याकडून दक्षिणा घेऊ नये.)

याज्ञवल्क्यांची निःस्पृहता जनकाला जाणवली आणि पुढे त्यांनी आपले राज्य त्यांना अर्पण केले. याज्ञवल्क्यांनीही कधीही, कुठलाही प्रश्न आपल्याला विचारण्याची जनकाला मुभा दिली. एका अर्थी याज्ञवल्क्य जनकाचे 'गुरू'च झाले!

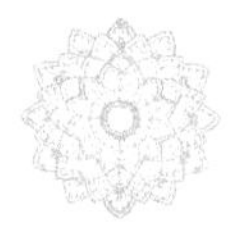

परिशिष्ट

सृष्ट्युत्पत्ती : सृष्टीची उत्पत्ती किंवा निर्मिती म्हणजे सृष्ट्युत्पत्ती

ब्रह्मपर : ब्रह्माविषयी तत्पर

ब्रह्मनिष्ठ : ब्रह्माविषयी निष्ठा असलेला

परंब्रह्मान्वेषमाण : परब्रह्माचा शोध घेणारे

कुतः प्रजा : प्रजा म्हणजे प्राणिमात्र (प्रजापती शब्दही प्राणिमात्रांचा पालनकर्ता)

द्यौ : अंतरिक्ष

पाद : भाग, अंश

अनंतवान् नामक पाद : ब्रह्माचे अनंतत्व व्यक्त करणारा भाग

ज्योतिष्मान् पाद : ज्योती म्हणजे तेजब्रह्माचा तेजस्वी अंश

आयतनवान् पाद : आयतन म्हणजे आधार. ब्रह्माचा जगाला आधारभूत होणारा अंश/भाग

तृप्तकाम : काम म्हणजे इच्छा. तृप्तकाम म्हणजे इच्छा पूर्ण झालेला

ऋत्विज : ऋत्विज म्हणजे यज्ञ करण्याची इच्छा असणाऱ्याकडून (यजमानाकडून) यज्ञकर्म करवून घेणारा

प्रस्तोता : प्रस्तोता म्हणजे यज्ञात प्रारंभीचे स्तवन करणारा

प्रतिहर्ता : प्रतिहर्ता म्हणजे यज्ञाच्या शेवटी अनिष्ट निवारणार्थ मंत्र किंवा देवतास्तुती म्हणणारा ऋत्विज किंवा पुरोहित

उद्गाते : उद्गाते म्हणजे मोठ्याने, उच्च स्वराने स्तवन गाणारे

उद्गान : उद्गान म्हणजे मोठ्याने म्हटले गेलेले स्तवन, मंत्र इत्यादी

विद्या नाम नरस्य रुपमधिकं प्रच्छन्न गुप्तं धनम् : विद्या हे माणसाचे विशेष स्वरूप, सौंदर्य अशा अर्थी; आणि विद्या हे सांभाळून लपवून ठेवावे असे धन आहे.

उद्गीथ : उद्गीथ म्हणजे मोठ्या, उच्च स्वरात म्हटले जाणारे मंत्र असा एक अर्थ आहे. पण, विशेषतः ओंकार या अर्थानेच हा शब्द उपनिषदांत अनेकदा आलेला दिसतो.

शाकल शाखा : शाकल्य ऋषींच्या नावाने ओळखली जाणारी ऋग्वेदातील एक शाखा

द्युलोकरूपी : स्वर्गरूपी

निष्कल : कला नसलेला

कला : अंश किंवा भाग

षोडशकला पुरुष : ही उपनिषदांतली, वेदान्तामधली कल्पना आहे. शरीरात राहणारा जो आत्मा त्याचे पंचप्राण, दहा इंद्रिये आणि मन हे १६ अंश, म्हणजेच कला असतात. म्हणून तो षोडशकला पुरुष होय.

इंद्रियनिग्रह : इंद्रियसंयम

सत् : शाश्वत

असत् : अशाश्वत

आहवनीय : अग्नीचे नाव

लेखिका परिचय

डॉ.अंजली माधव पर्वते

E-mail : anjali.parvate@googlemail.com

+91-90754 69521

- एम.ए. (सांख्य, योग, वेदान्त) पीएच. डी. संस्कृत
- संशोधन विषय - अध्यात्म रामायण - एक चिकित्सक अभ्यास
- संस्कृत प्राध्यापिका म्हणून विलिंग्डन महाविद्यालय, सांगली नोव्हेंबर ८९ ते जून ९५ व किसनवीर महाविद्यालय, वाई जून ९५ ते जुलै २०१८ अशी एकूण २८ वर्षे काम.
- वेगवेगळ्या विषयांवर शोधनिबंध, वेगवेगळ्या राष्ट्रीय व आंतरराष्ट्रीय परिषदांमध्ये सहभाग
- श्रीमद्भगवद्गीता, शंकराचार्य-चरित्र व तत्त्वज्ञान, वाल्मीकी आणि अन्य रामकथा, शतककाव्ये इ.विषयांवर मुंबई, देवरुख रत्नागिरी, पुणे, सांगली, सातारा, कोल्हापूर, मसूर येथे व्याख्याने, प्रवचने
- विविध चर्चासत्रांमध्ये मार्गदर्शक.
- पीएच. डी. गाईड म्हणून काम

अन्य उपक्रम

- १९८९ - स्मरणी प्रकाशनातर्फे 'स्मरणी' या कै.श्रीधर गोविंद गोडबोले यांच्या जन्मशताब्दिनिमित्त प्रकाशित ग्रंथाचे संकलन, संपादन, शब्दांकन
- १९९२ पासून 'देवभाषेचे देणे', 'मराठीचे लेणे' या योजनेत 'मुद्राराक्षस', 'वेणीसंहार', 'प्रतिमा व प्रसन्नराघव', 'नागानंद व प्रबोधचंद्रोदय' या नाटकांचे

रूपांतर प्रकाशित. यांपैकी 'नागानंद' व 'प्रबोधचंद्रोदय' या पुस्तकाला ९९-२०००चा राज्यसरकारचा पुरस्कार प्राप्त. 'प्रतिमा व प्रसन्नराघव' या पुस्तकाला टिमविचा 'कमल तांबे उत्कृष्ट ग्रंथ पुरस्कार'.

- प्रसाद प्रकाशनाच्या 'सुबोध शांकर ग्रंथावली' योजनेत 'विवेकचूडामणि', 'उपदेश साहस्त्री'(गद्य, पद्य), 'प्रश्नोत्तररत्नमालिका', 'हस्तामलक भाष्य' या प्रकरणग्रंथांचा मराठीत अनुवाद व भाष्य प्रकाशित, यांपैकी 'विवेकचूडामणि' या ग्रंथाला ९४-९५चा 'राज्यसाहित्य पुरस्कार' प्राप्त.

- पंचमहाकाव्य योजनेत 'भारविकृतकिरातार्जुनीयम्'चा अनुवाद प्रकाशित.

- 'प्रार्थना आणि सरस्वतिवंदना' अशी दोन पॉकिटबुक्स प्रकाशित.

- २००८ - 'याहीवरी कृपाळूपण' हे समर्थ रामदासांवरील लेखांचे पुस्तक प्रकाशित.

- २००८ - ज्ञानपीठ विजेत्या हिंदी कवयित्री सुश्री महादेवी वर्मांच्या कवितांचा मराठी अनुवाद आणि त्यांच्यावरील लेख अशा स्वरूपाचा ग्रंथ 'जाग तुजला दूर जाणे' प्रकाशित.

- २०१६ - wordpress.com वर sharadaanjali या नावाने ब्लॉग आहे.

पुरस्कार

- २००१ - शिवाजी विद्यापीठाचा उत्कृष्ट शिक्षक पुरस्कार आणि विवेक क्रांतिदल, पुणे यांच्यातर्फे देण्यात येणारा उत्कृष्ट शैक्षणिक कार्याबाबतचा पुरस्कार

- १९९४-९५ व १९९९-२००० - राज्य साहित्य पुरस्कार

- २००० - टिमविचा कमल तांबे उत्कृष्ट ग्रंथ पुरस्कार

- २०११ - सांगली नगरवाचनालयातर्फे 'समर्थ रामदास स्वामी' पुरस्कार प्राप्त

- २०१७ - महाराष्ट्र सेवासंघ,मुलुंड यांच्यातर्फे 'वासुदेव शास्त्री लाटकर संस्कृत सन्मान पुरस्कार' २०१८ - भारत निर्माणतर्फे Literary Excellence पुरस्कार

- २०१८ - शिवाजी विद्यापीठ, मुंबईचा 'रघुनाथ पंडित पुरस्कार'

- २०२२ - प्रसाद प्रकाशनाकडून 'कै.मंजिरी जोशी स्मृतिगौरव पुरस्कार'

- करोनाकाळात ऑनलाईन गीतावर्ग आणि सध्या समग्र दासबोध व तुकाराम गाथा वर्ग सुरू आहेत.